കൂട്ടക്ഷരം

koottaksharam
stories
•
n p hafiz muhammed
•
first chintha edition
september 2015
•
published
chintha publishers, thiruvananthapuram
•
typesetting
minerva graphotechs, attukal
•

•
cover
ambish
•

വിതരണം
ദേശാഭിമാനി ബുക്ക് ഹൗസ്
H O തിരുവനന്തപുരം-695 035
phone: 0471-2303026, 6063026
www.chinthapublishers.com
chinthapublishers@gmail.com

ബ്രാഞ്ചുകൾ
ഹെഡ്ഡാഫീസ് ബ്രാഞ്ച് കുന്നുകുഴി • സ്റ്റാച്യു തിരുവനന്തപുരം • കെ എസ് ആർ ടി സി ബസ് സ്റ്റേഷൻ ആലപ്പുഴ • കെ എസ് ആർ ടി സി ബസ് സ്റ്റേഷൻ എറണാകുളം • ചിറ്റൂർ റോഡ് എറണാകുളം • മച്ചിങ്ങൽ ലെയ്ൻ തൃശൂർ • ഐ ജി റോഡ് കോഴിക്കോട് • മാവൂർ റോഡ് കോഴിക്കോട് • എൻ ജി ഒ യൂണിയൻ ബിൽഡിങ് കണ്ണൂർ • സെൻട്രൽ ബസ് ടെർമിനൽ കോംപ്ലക്സ് താവക്കര കണ്ണൂർ

CO - 2232 / 3706

കൂട്ടക്ഷരം
(കഥകൾ)

എൻ പി ഹാഫിസ് മുഹമ്മദ്

ചിന്ത പബ്ലിഷേഴ്സ്
തിരുവനന്തപുരം-695 035

എൻ പി ഹാഫിസ് മുഹമ്മദ്

1956 ജൂലായ് 16 ന് കോഴിക്കോട് ഇടിയങ്ങരയിൽ ജനിച്ചു. ഫാറൂഖ് കോളേജ് സോഷ്യോളജി വകുപ്പു തലവനായി മൂന്നു ദശാബ്ദക്കാലം ജോലി നോക്കി. ഇപ്പോൾ ജി ടെക് കോളേജസ് ഫോർ അഡ്വാൻസ്ഡ് സ്റ്റഡീസിൽ അക്കാദമിക് ഡയറക്ടർ. *പൂവും പുഴയും, ഹാഫിസ് മുഹമ്മദിന്റെ കഥകൾ* (കഥാസമാഹാരങ്ങൾ) *തള്ളക്കുരങ്ങും പുള്ളിപ്പുലിയും, ആകാശത്ത് ഒരത്ഭുതയാത്ര, മുഹമ്മദ് അബ്ദുറഹിമാൻ, കുട്ടിപ്പട്ടാളത്തിന്റെ കേരള പര്യടനം* (ബാലസാഹിത്യം), *മദ്യത്തിൽനിന്നും മയക്കുമരുന്നിൽ നിന്നും മോചനം* (പഠനം) *കേരളത്തിലെ മുസ്ലിം സ്ത്രീകളുടെ വർത്തമാനകാലം* (പഠനം) തുടങ്ങിയ കൃതികൾ പ്രസിദ്ധീകരിച്ചിട്ടുണ്ട്. ഇടശ്ശേരി, ബാലസാഹിത്യ ഇൻസ്റ്റിറ്റ്യൂട്ട്, കൈരളി അറ്റ്ലസ്, കേരള സാഹിത്യ അക്കാദമി അവാർഡുകൾ, കാലിക്കറ്റ് യൂണിവേഴ്സിറ്റി ബെസ്റ്റ് ടീച്ചർ അവാർഡ്, അമേരിക്കയിൽ ഹ്രസ്വപഠനത്തിന് ഫുൾബ്രൈറ്റ് സ്കോളർഷിപ്പ് എന്നിവ ലഭിച്ചു.

e-mail : nphafiz@gmail.com

ഉള്ളടക്കം

പ്രസാധകക്കുറിപ്പ്

കഥാരചനയുടെ മാന്ത്രിക സ്പർശം കൈമുതലായുള്ള എഴുത്തുകാരനാണ് എൻ പി ഹാഫിസ് മുഹമ്മദ്. തന്റെ ജീവിതപരിസരത്തുനിന്നും കണ്ടെത്തുന്ന കഥാബീജത്തെ സ്ഫുടം ചെയ്തെടുത്ത് നമുക്ക് മുന്നിൽ അവതരിപ്പിക്കുമ്പോൾ അസാധാരണമായ തിളക്കം ലഭിക്കുന്നു. അതിഭാവുകത്വങ്ങളെ ഒഴിവാക്കി എന്നാൽ കേവലമായ വിവരണ പരതയുടെ ദൗർബല്യത്തിൽപ്പെടാതെ പെരുമയോടെ നില്ക്കുന്നവയാണ് ഹാഫിസിന്റെ കഥകൾ. കലാപകാലത്തെ മനുഷ്യരുടെ മനോഘടന എങ്ങനെ മാറിപ്പോകുന്നുവെന്നും ചരിത്രത്തിന്റെ തെറ്റായ ആഖ്യാനങ്ങൾ എങ്ങനെ പുതിയ തലമുറയെ ശ്രദ്ധിക്കുന്നുവെന്നും നമ്മെ ഞെട്ടിപ്പിക്കുകയാണ് 'പച്ചയും കാവിയും' എന്ന കഥ. സ്വയം നിലനില്ക്കാൻ ത്രാണിയുള്ള പന്ത്രണ്ടു കഥകളുടെ സമാഹാരത്തിന്റെ ചിന്ത പതിപ്പ് വായനക്കാർക്കുമുമ്പിൽ സമർപ്പിക്കുന്നു.

ചിന്ത പബ്ലിഷേഴ്സ്

മരണവും ജീവിതവും
ഇരുഖണ്ഡങ്ങളിലെങ്കിലും
ഒരു കൂട്ടക്ഷരം

പിന്തുടരുന്നത്

ഒരു ചാരന്റെ രൂപവും ഭാവവും നന്നായുണ്ട് എന്നതാണ് ഈ ജോലിക്ക് എന്നെ തെരഞ്ഞെടുക്കാനുള്ള കാരണം എന്ന് അദ്ദേഹം വെളിവാക്കി. ഞാൻ ചിരിച്ചതേയുള്ളൂ. കണ്ടില്ലേ, ചിരിയിൽപ്പോലും നല്ല ചാരത്വം എന്ന് പറഞ്ഞ് അദ്ദേഹമെന്റെ കൈപിടിച്ചു കുലുക്കി.

അദ്ദേഹം ചോദിച്ചു:

"ജോലിയെന്താണെന്ന് മനസ്സിലായോ?"

സ്വകാര്യമായൊരു ജോലി ചെയ്യാനാളെ വേണം എന്ന് മാത്രമേ പത്രപരസ്യത്തിൽ പറഞ്ഞിരുന്നുള്ളൂ. ഇന്റർവ്യൂവിന് വിളിച്ചപ്പോൾ, സ്പൈ ഫിലിംസ് കണ്ടിട്ടുണ്ടോ? സി.ഐ.ഡിയെ വേർതിരിച്ചറിയാനാവുമോ? ഷെർലക്ഹോംസിനെ ഇഷ്ടമാണോ എന്നൊക്കെയായിരുന്നു ചോദ്യങ്ങൾ. ആകെ ചാരമയമായിരുന്നു ഇന്റർവ്യൂ എന്നത് ഞാനോർക്കുന്നു. ചാരപ്രവൃത്തിക്ക് നിർവ്വചനമാവശ്യപ്പെട്ടിരുന്നല്ലോ. അദൃശ്യമായിക്കിടക്കുന്ന കാര്യങ്ങളന്വേഷിക്കാൻ അതല്ല എന്ന മട്ടിൽ ശ്രമം നടത്തുന്നയാൾ എന്നുത്തരവും നല്കി. അപ്പോഴും ജോലിയെന്തെന്ന് പറഞ്ഞില്ല. അപ്പോയിന്റ്മെന്റ് കൈയിൽ കിട്ടിയിട്ടും, സത്യം, ജോലിയോ ഡ്യൂട്ടിയോ എന്തെന്നറിവില്ല.

അദ്ദേഹം പറഞ്ഞു: "ജോലി വളരെ എളുപ്പാ...." ഒരു ഫോട്ടോഗ്രാഫ് വച്ച് നീട്ടി അദ്ദേഹം തുടർന്നു: "ഇയാളിനെ രാവിലെതൊട്ട് രാത്രിവരെ പിന്നാലെ കൂടണം. രഹസ്യങ്ങളൊന്നുമറിയാനല്ല, വെറുതെ. പേരറിയണ്ടേ, ജോസ്."

ഞാനന്തം വിട്ടിരിക്കുകയായിരുന്നു. എന്തിനാണീ ചാരപ്പണിയെന്ന ചോദ്യമാണ് മനസ്സിൽ പൊങ്ങിവന്നത്. ഞാൻ ചിരിക്കാൻ ശ്രമിച്ചു. അദ്ദേഹത്തിന്റെ ചോദ്യം: "എന്താ പറ്റില്ലെന്നുണ്ടോ?"

"പറ്റും." ഞാനറിയാതെ പറഞ്ഞുപോയി. "നിങ്ങൾക്കത് മറ്റാരേക്കാളും ഭംഗിയായി ചെയ്യാനാവും." അദ്ദേഹം ചേർത്തു.

കോഫിയെത്തി. എന്നോടും കുടിക്കാനദ്ദേഹം പറഞ്ഞു. ഞാൻ കപ്പെടുത്തു. കൈ വിറയ്ക്കുന്നോ? കപ്പ് മേശപ്പുറത്തുതന്നെ വച്ചു.

അപ്പോൾ അദ്ദേഹത്തിൽ നിന്നും സ്കൂട്ടറോടിക്കാനറിയില്ലേ എന്ന ചോദ്യം ഉയർന്നു. ഞാനുത്തരം നല്കി: "അറിയാം."

"ഒരു സ്കൂട്ടർ നിങ്ങൾക്ക് വേണ്ടി തയ്യാർ. ലൈസൻസ്?"

"എടുത്തിട്ടില്ല."

"സാരമില്ല. രണ്ട് പാസ്പോർട്ട് സൈസ് ഫോട്ടോ നാളെ എത്തിക്കുക. ലൈസൻസ് സംഘടിപ്പിക്കാം."

ഞാനെന്തു പറയാൻ? ഇക്കണോമിക്സ് ബി എയ്ക്ക് നാട്ടിലെ ബ്രൈൻസ് കോളേജിൽ പഠിക്കുമ്പോഴോ, അമ്മാവന്റെ നിർദ്ദേശമനുസരിച്ച് ഈ നഗരത്തിൽ വന്ന് ജോലിയന്വേഷിക്കുമ്പോഴോ ഈ പണിയാണെന്നെ കാത്തിരിക്കുന്നതെന്ന് കരുതിയതല്ല. ഞാൻ ഉറപ്പിച്ചു. ആദ്യത്തെ വേഷം ചാരന്റേതാവട്ടെ.

അദ്ദേഹം വ്യക്തമാക്കുന്നു: "മൂന്ന് മാസക്കാലം മാസം രണ്ടായിരം രൂപ ശമ്പളം. ഭക്ഷണത്തിനും യാത്രയ്ക്കുമുള്ള ചെലവ് വേറെ."

ഞാൻ കണ്ണ് മിഴിച്ചിരുന്നുപോയി. ചാരപ്പണിക്ക് ഭാരതത്തിലും തക്ക പ്രതിഫലം എന്നുള്ളിൽ പറയുകയും ചെയ്തു. അദ്ദേഹം തുടർന്നു പറഞ്ഞു: "ചിലപ്പോൾ ഈ ജോലി വെറും രണ്ടോ മൂന്നോ മാസം മാത്രം. ആൾ കൊള്ളാമെന്നു തോന്നിയാൽ നിങ്ങളെ എനിക്കു തന്നെ വേണ്ടിവരും. അറിയാമല്ലോ, ഒന്നുമില്ലാതെ ഈ നഗരത്തിൽ വണ്ടിയിറങ്ങിയവനാണ് ഞാൻ."

കേട്ടിരുന്നു. ഇന്റർവ്യൂവിന് വന്നവർ അദ്ദേഹത്തിന്റെ പഴയകാലം പരസ്പരം പങ്കുവച്ചിരുന്നു: കള്ളവണ്ടി കേറി വന്നതാണ്. ഫുട്പാത്തിൽ നിന്ന് ഫാക്ടറിയിലേക്ക്. ഇന്നിപ്പോൾ ഇലക്ട്രോണിക് ഉൽപ്പന്നങ്ങളുടെ രണ്ട് ഫാക്ടറികൾ, മൂന്നു ഷോറൂമുകൾ. ഭാഗ്യവാൻ. ദീനദയാലു. ജോലി അന്വേഷിച്ചെത്തിയ പാവം പെൺകുട്ടിയെ ഇഷ്ടമായപ്പോൾ ജോലിയിലേക്കെടുക്കാതെ ജീവിതത്തിലേക്ക് തന്നെ സ്വീകരിച്ചയാൾ.

അദ്ദേഹം മുന്നിലിരുന്നു ചിരിക്കുന്നു. വെളുത്ത നീണ്ട ചൂണ്ടുവിരലുകൊണ്ട് അദ്ദേഹം ഒരു ബട്ടണമർത്തി. സുന്ദരിയായൊരു പെൺകുട്ടി ചില്ലുവാതിൽ നീന്തി വന്ന് അദ്ദേഹത്തിന്റെ വലതുവശം പൂകി. മറ്റേതോ ലോകത്തുനിന്ന് വന്നിറങ്ങിയ പോലെ. ചെറിയൊരു പുസ്തകം മാറോടടുക്കി ശ്വാസം പിടിച്ചു നിന്നു.

"സുനിത, എന്റെ വലങ്കയ്യ്."

ഞാൻ ഹലോ പറഞ്ഞ് പേര് വെളിപ്പെടുത്തി. അറിയാമെന്ന് മന്ത്രിച്ച് സുനിത ചിരിച്ചു. ഭംഗിയുള്ള ചിരി. അദ്ദേഹമപ്പോൾ പറഞ്ഞു:"ആവശ്യമുള്ള കാശ് സുനിത തരും. കണക്കെല്ലാം നിങ്ങൾ തമ്മിൽ." പിന്നീട് അദ്ദേഹം സുനിതയെ നോക്കി:" ഗിവ് ഹിം തവ്സൻഡ്. അഡ്വാൻസ്

ഫൊർ ഇൻസിഡന്റൽ എക്സ്പെൻസസ്. എനിക്ക് ഫൈവ്."

സുനിത തലകുലുക്കുന്നു. ചെറിയ പുസ്തകത്തിൽ കോറി വരയ്ക്കുന്നു. പിന്നെ ചില്ലിനപ്പുറത്തേക്കൊഴുകി. അദ്ദേഹം ബട്ടണമർത്തി. ഫോണിൽ. ഫാക്ടറിയിലേക്കാവണം. ഉടനെ അയയ്ക്കേണ്ട അസൈൻമെന്റുകളെക്കുറിച്ചു പറഞ്ഞു. പിന്നീട് സംസാരിച്ചത് ഭാര്യയോടാണെന്നും മനസ്സിലായി. ഒരിക്കലും ഞാനവനെ വിടില്ലെന്ന്, കൊല്ലാതെ കൊല്ലുമെന്ന് അദ്ദേഹം പറയുന്നു.

സുനിത മുന്നിലെത്തി. എനിക്കൊരു കവർ വച്ച് നീട്ടി. ഞാനത് വാങ്ങിപ്പോയി. എന്തുചെയ്യണമെന്നറിയാതെ തിരിച്ചും മറിച്ചും കളിച്ചു. മടിയിൽവച്ച്, പാന്റ്സിന്റെ കീശയിലേക്കിറക്കി. മേശപ്പുറത്തുവെച്ച കവറെടുത്ത് അദ്ദേഹമെണീറ്റു: "വരൂ നമുക്കിറങ്ങാം." സുനിതയോട് ഒന്നര മണിക്കൂർ കഴിഞ്ഞേ തിരിച്ചെത്തൂ എന്നറിയിച്ചു. സുനിത പുസ്തകത്തിലത് വരച്ചു. ചില്ലു വാതിലിളകി. പിന്നാലെ ഞാനും.

ഡ്രൈവറോട് ഊണുകഴിച്ച് ഓഫീസിലിരുന്നാൽ മതിയെന്ന് നിർദ്ദേശിച്ചു. അദ്ദേഹം തന്നെയാണ് കാർ ഡ്രൈവ് ചെയ്തത്. ശ്രദ്ധയോടെ കാറോടിക്കുന്നതിനിടയിൽ അദ്ദേഹം ചോദിച്ചു. "സിഗരറ്റ് വലിക്ക്വോ?" "വല്ലപ്പോഴും." "ഈ പണിയെടുക്കുമ്പോൾ ചൂണ്ടാണി വിരലിനും നടുവിരലിനുമിടയിൽ സദാ എരിയുന്ന സിഗരറ്റുണ്ടാവണം. വലിക്കണമെന്നില്ല. കടുത്ത ആലോചനയിലത് മറന്നുപോകുന്നു. ഒന്ന് തീർന്നാലടുത്തത്...."

കാർ വലിയൊരു ഷോപ്പിംഗ് കോംപ്ലക്സിനകത്തേക്ക് കേറി. കാർ പാർക്ക് ചെയ്ത് അദ്ദേഹം വസ്ത്രക്കടയിലേക്ക് നടന്നു. അതിനിടയിൽ നമ്പർ അറിയുമോ എന്ന് ചോദിച്ചു. കാര്യം മനസ്സിലായില്ല. റെഡിമെയ്ഡ് ഷർട്ടും പാന്റും വാങ്ങിയിട്ടില്ലേ എന്ന ചോദ്യമായി. ഞാൻ പറഞ്ഞു: "ഗോപാലൻ മേസ്തിരി തയ്ച്ചതു മാത്രമേ ഇട്ടിട്ടുള്ളൂ."

മുന്നിലെത്തിയ പെൺകുട്ടിയോട് നമ്പർ കണ്ടുപിടിക്കണമെന്നും അദ്ദേഹമാവശ്യപ്പെട്ടു. പെൺകുട്ടി ചിരിച്ചുകൊണ്ടെന്റെ ചുമലറ്റങ്ങൾക്കിടയിൽ ടേപ്പ് വച്ചു പറഞ്ഞു: "ഫോർട്ടി." അരയുടെ ചുറ്റളവെടുത്തു: "തേർട്ടിടൂ." ടെറികോട്ടണിൽ ഇളം നിറങ്ങളിലുള്ള ഷർട്ടും കടും നിറങ്ങളിലുള്ള പാൻസുമാണ് വേണ്ടതെന്ന് അദ്ദേഹം പറഞ്ഞു.

നാല് സെറ്റ് ഡ്രസ്സ്. ബ്രൗൺ ഷൂ. വേഷമൊരുങ്ങാനുള്ള അത്യാവശ്യ സാധനങ്ങൾ. പിന്നെ ഡ്രൈവിംഗ് സ്കൂൾ ഓഫീസിൽ കയറി ലൈസൻസ് ആവശ്യമറിയിച്ചു. കുറച്ച് ദിവസം ട്രെയിനിംഗ് കൊടുക്കണമെന്ന് നിർദ്ദേശിച്ചു. കാറിൽ തിരിച്ച് കേറുമ്പോൾ അദ്ദേഹം പറഞ്ഞു: "ജോസിന്റെ വീടും ജോലി സ്ഥലവുമൊക്കെ കാണിച്ചു തരാം. ചിലപ്പോൾ ആളിനേയും."

കാർ തിരക്ക് പിടിച്ച റോഡിൽ നിന്ന് മാറി. ഇരുവശവും മരങ്ങളുള്ള നിരത്തിലെ തണൽ പറ്റി. അദ്ദേഹം പരിചയപ്പെടുത്തി തുടങ്ങി: "ഈ കടയിൽ നിന്നാണ് ജോസ് വീട്ടിലേക്ക് പലചരക്ക് സാമാനങ്ങൾ വാങ്ങു

ന്നത്. ഇവിടെ ജോസിന്റെ അടുത്ത സുഹൃത്ത് താമസിക്കുന്നു. ചില ദിവസങ്ങളിൽ രാത്രി അവിടെ കയറും.” മഞ്ഞച്ചായമടിച്ച ഒരു കൊച്ചു വീട് പിന്നിൽ മറഞ്ഞു. ശനിയാഴ്ചയോ ഒഴിവ് ദിവസങ്ങളുടെ തലേന്നോ ഇതാ....ഇവിടെ നിന്ന് അല്പം അകത്താക്കും...” വെള്ള പ്ലാസ്റ്റിക്കിൽ ചുവന്ന അക്ഷരങ്ങൾ: ബാർ. “ഇതാ ഈ വളവ് തിരിഞ്ഞാൽ ജോസിന്റെ വീട്.” ചെറിയ ഒരു ഇരുനില കെട്ടിടം. ഇരുമ്പ് ഗേറ്റിൽ അക്ഷരങ്ങൾ: മേഴ്സി വില്ല. സിമന്റിട്ട മുറ്റം. വരാന്തയിൽ രണ്ടു ചുവന്ന കസേരകൾ. വാതിലടഞ്ഞ് കിടപ്പാണ്. വരാന്തയോട് ചേർന്ന മുറിയുടെ ജനൽപ്പാളി കളിലൊന്ന് തുറന്നിട്ടിരിക്കുന്നു. അവിടെ മഞ്ഞ നിറമുള്ള കർട്ടനിൽ ജനൽക്കമ്പികൾ കള്ളി വരയ്ക്കുന്നു. “അതാ....ആ ഇലക്ട്രിക്ക് പോസ്റ്റ് നിങ്ങൾക്ക് കാത്ത് നില്ക്കാനുള്ളതാണ്. ഈ മുറുക്കാൻ കടയിൽ വേണ മെങ്കിലൊരു ലൈംജ്യൂസിനോർഡർ കൊടുത്ത് സമയമൊപ്പിക്കാം.”

ജോസ് ജോലിയെടുക്കുന്ന സ്ഥലവും അദ്ദേഹം കാണിച്ചു തന്നു. അദ്ദേഹം പറഞ്ഞു: “ജോസ് നല്ല ഒരു സെയിൽസ് എക്സിക്യൂട്ടിവാണ്. ഇതാണ് ഓഫീസ്.”

കുറച്ചുകഴിഞ്ഞ്, ഇനി ഭക്ഷണം എന്നു പറഞ്ഞ് കാർ റസ്റ്റാറന്റിന് മുന്നിൽ നിറുത്തി. റസ്റ്റാറന്റിൽ കേറി ഭക്ഷണത്തിന് ഓർഡർ നല്കി. ജോസിനെ പിന്തുടരുന്നതിലെ രഹസ്യമെന്തെന്ന് അന്വേഷിക്കുകയായി രുന്നെന്റെ മനസ്സ്. സത്യത്തിൽ ചാരന്മാർ മറ്റുള്ളവർക്ക് വേണ്ടി തലപു ണ്ണാക്കുന്നവർ. എന്നാൽ പിന്തുടരുകയല്ലാതെ നീക്കങ്ങളിലെ രഹസ്യം ഞാനറിയേണ്ടതില്ല.

“അപകടം പിടിച്ച പണിയാണിതെന്ന് കരുതുന്നോ?”

ൃഞാൻ തലയുയർത്തി: “ഇതുപോലൊരു ജോലി ചെയ്ത് ശീല മില്ല.”

“അതിനെന്താ? നോക്കൂ....എന്താണുണ്ടാവുക? നിങ്ങൾ പിന്നാലെ കൂടിയത് ആദ്യമയാൾ കാണില്ല. കണ്ടാൽ രണ്ട് മൂന്ന് ദിവസം പലവിധ സംശയങ്ങളായിരിക്കും. പിന്നെ പേടി തുടങ്ങും. പൊരുളറിയാതെ വെന്തെ രിയുമ്പോൾ സഹിക്കാനാവാതെ വരും. ചിലപ്പോൾ ഉപദ്രവിച്ചേക്കും. എന്നാൽ ഒന്നോർക്കുക. നിങ്ങൾക്ക് സംരക്ഷണം തരാൻ ഞാൻ ബാദ്ധ്യ സ്ഥനാണ്.”

ഞാൻ തണുത്ത വെള്ളം നിറച്ച ഗ്ലാസ്സിനുപുറത്ത് വിരൽകൊണ്ട് ചിത്രമെഴുതി. അതൊരു കണ്ണിന്റെ ചിത്രം. നീർക്കണങ്ങൾ ഉരുണ്ടുകൂടി കണ്ണുനീർത്തുള്ളിയായി. ഞാനതു മായ്ച്ചു കളഞ്ഞു.

വെയിറ്റർ കഴുകിത്തുടച്ച പ്ലേറ്റുകൾ നിരത്തി.

“അയാൾക്ക് പിന്നിൽ നിങ്ങൾ. നിങ്ങൾക്ക് പിന്നിൽ ഞാനുണ്ടാവും. എന്തുപറ്റിയാലും വില നല്കാൻ ഞാൻ കടപ്പെട്ടവനാണ്.”

നല്ല വിശപ്പുണ്ടായിരുന്നു. ആർത്തിയോടെ തിന്നാൻ തുടങ്ങി.

തിരിച്ചോഫീസിൽ വന്നിരിക്കുമ്പോൾ അദ്ദേഹം ചോദിച്ചു: “എന്തി നാണീ ശിക്ഷ അയാൾക്ക് നല്കുന്നതെന്ന് ചോദിക്കാത്തതെന്താ?”

അതിന്റാവശ്യമില്ലല്ലോ എന്ന് ഞാനുത്തരം നല്കി.

“വേണമെങ്കിൽ അയാളെ ഒരാക്സിഡന്റിൽ തട്ടാം. അല്ലെങ്കിൽ എല്ലൊടിച്ച് താഴെയിടാം. ഇതിനേക്കാളൊക്കെ കടുത്ത ഒരു ശിക്ഷ ജോസ് അർഹിക്കുന്നു.” അദ്ദേഹം പറഞ്ഞു.

ഞാൻ തല കുലുക്കി. നിരത്തിലേക്കിറങ്ങുമ്പോൾ എന്തിനാണീ പിന്തുടരൽ എന്നതുമാത്രം അദ്ദേഹം പറഞ്ഞിട്ടില്ലെന്ന് ഞാനോർത്തു. പെട്ടെന്ന് മനസ്സ് തിരുത്തി: അങ്ങനെയൊന്നുമോർക്കാൻ പാടില്ല.

വാതിൽ തുറന്ന് കോട്ടുവായിട്ട് വരാന്തയിൽ വീണു കിടക്കുന്ന പത്രമെടുക്കാൻ ജോസ് വന്നെത്തുമ്പോൾ മേഴ്സിവില്ലയ്ക്ക് മുന്നിൽ ഞാനെത്തിയിരിക്കും. ഇലക്ട്രിക് പോസ്റ്റിന് കീഴെ സ്കൂട്ടർ ചാരി നില്ക്കും.

നാലാം നാളാണ് പല്ല് തേക്കാൻ ബ്രഷുമായി ചെടിച്ചട്ടികൾക്കടുത്ത് നില്ക്കെ ജോസ് എന്റെ സാന്നിദ്ധ്യം തിരിച്ചറിഞ്ഞത്. ജോസെന്നെ തറപ്പിച്ച് നോക്കി. ഞാനത് കണ്ടില്ലെന്ന മട്ടിൽ അനന്തമായ നീലാകാശത്തിന്റെ ആഴങ്ങളിലേക്ക് നോട്ടമെറിഞ്ഞു. അസ്വസ്ഥ വിചാരത്തിലെന്ന ഭാവേന ഞാനങ്ങനെ നിന്നു. അടുത്ത ദിവസവും അതേ നില്പിലെന്നെ കണ്ടതു കൊണ്ടാവണം, യാത്ര അയയ്ക്കാൻ പുറത്തേക്കിറങ്ങിയ ഭാര്യയുടെ നെറുകയിലുമ്മ വയ്ക്കാനും ഭാര്യയുടെ ഒക്കത്തിരുന്ന് ചിരിക്കുന്ന കുഞ്ഞുമോന് ടാറ്റാ പറയാനും ജോസ് മറന്നുപോയി. വെരിഗുഡ്, കൊള്ളേണ്ടിടത്ത് കൊണ്ടിരിക്കുന്നുവെന്ന് ഞാൻ മനസ്സിൽ പറഞ്ഞുപോയി.

പിന്തുടരുന്നതറിഞ്ഞ്, എന്തിനാണിതെന്നോർത്ത് ജോസ് അസ്വസ്ഥനാവാനും തുടങ്ങിയിരുന്നു. വാടകയ്ക്കെടുത്തു വിട്ട ചാരനെന്ന വിചാരമുണ്ടാവാം. സ്കൂട്ടറിൽ നിന്ന് ഇടയ്ക്കിടയ്ക്ക് തിരിഞ്ഞു നോക്കുന്നതും എന്നെ മുന്നിലേക്ക് വിടാൻ ശ്രമിക്കുന്നതും പലവട്ടം കണ്ടിരുന്നു. അപ്പോഴൊക്കെ അതു കണ്ടില്ലെന്ന് നടിക്കുകയും പിൻസ്ഥാനം വിട്ടുകൊടുക്കാതിരിക്കാൻ ശ്രമിക്കുകയും ചെയ്തു.

ഒരിട, പലചരക്ക് കടയ്ക്കടുത്ത് വച്ച് ജോസ് എനിക്കെതിരെ വന്ന് എന്തോ ചോദിക്കാനാഞ്ഞു. വഴിമാറി ഞാൻ. ജോസ് അതിൽ വിജയിച്ചത് ഒരു റസ്റ്റാറന്റിൽ വച്ചായിരുന്നു. ജോസിന് പിന്നാലെ ഞാനും കയറിയതായിരുന്നു. ജോസ് ഒരു മൂലയിൽ ചെന്നിരിക്കുന്നത് കണ്ടാണ് വാതിലിനടുത്ത മേശ ഞാൻ തെരഞ്ഞെടുത്തത്. കൈ കഴുകാൻ പോയി മടങ്ങിവന്ന ജോസ് പെട്ടെന്ന് എനിക്കെതിരെയിട്ട കസേരയിൽ വന്നിരുന്നു. ജോസ് ചിരിച്ചു. ഞാൻ ചുണ്ടൊന്നിളക്കുക പോലും ചെയ്തില്ല. എവിടെയോ കണ്ടിട്ടുണ്ടല്ലോ എന്നു പറഞ്ഞു ജോസ് ചിരി തുടർന്നു. മിസ്റ്റർ ജോസ്. വേല കൈയിലിരിക്കട്ടെ. ഇറവെള്ളം മേലോട്ടേക്ക് വേണ്ട എന്നു ഞാൻ മനസ്സിൽ പറഞ്ഞു. ഞാനിവിടത്തുകാരനല്ലല്ലോ എന്നാണ് ഞാൻ പറഞ്ഞത്. ഇവിടെ ഭക്ഷണം കിട്ടാൻ ഒരുപാട് സമയമെടുക്കുന്നുണ്ടല്ലോ. നേരത്തെ ഇവിടെ നിന്ന് കഴിച്ചിട്ടുണ്ടോ തുടങ്ങിയ ചോദ്യങ്ങൾ ജോസ് എന്നെ കുരുക്കാനായി ഉന്നയിക്കുന്നുണ്ടായിരുന്നു. ഒന്നിനും ചെവി കൊടുത്തില്ല. ഒരു ലൈം ജ്യൂസ് കഴിച്ച് പുറത്തേക്കിറങ്ങി. ആ രാത്രി കിടപ്പുമു

റിയുടെ ജനൽപ്പാളി തുറന്ന് ജോസ് ഭാര്യയ്ക്ക് എന്നെ ചൂണ്ടിക്കാണിച്ചു കൊടുക്കുന്നത് ഞാൻ മനസ്സിലാക്കി.

രാവിലെ കണി കണ്ടപ്പോൾ അയാൾക്ക് സഹിക്കാവുന്നതിന്റെ അപ്പുറമെത്തിയിരിക്കണം. ഗേറ്റ് തുറന്ന് മുണ്ട് മടക്കിക്കുത്തി. പല്ലിളിച്ച്, കാട്ടുപോത്തിനെപ്പോലെ ജോസ് ചീറിയടുത്തു. ഒഴിഞ്ഞു മാറിയില്ലെങ്കിൽ രണ്ടുപേരും ഓവുചാലിൽ വീണേനെ. അയാളലറി: "എട്ട് പത്ത് ദിവസമായല്ലോ എന്റെ സൈ്വരം കെടുത്താൻ നടക്കുന്നത്....എന്താണ്.....എന്താണ് തന്റെ മനസ്സിലിരുപ്പ്?"

ആളുകൾ കൂടി. എന്റടുത്ത് നിന്ന ഒരാളിനോട് ആരാണിദ്ദേഹമെന്ന് ഞാൻ ആരാഞ്ഞു. അതയാളെ കൂടുതൽ കുപിതനാക്കി: "ആരാണ് തന്നെ പറഞ്ഞ് വിട്ടിരിക്കുന്നത്? എന്തിനാണ്? എന്നെ കൊല്ലാനോ....എന്റെ മോനെ കിഡ്നാപ്പ് ചെയ്യാനോ...വാ വീട്ടിലേക്ക് വാ...."

കൂടിയവർ കാര്യമെന്തെന്നറിയാതെ എന്നേയും അയാളേയും മാറി മാറി നോക്കുന്നു. ജോസിന്റെ ഭാര്യ ഗേറ്റിനടുത്തു നിന്ന് 'ജോസ്, ജോസ്' എന്നു വിളിച്ച് കരയുന്നുണ്ടായിരുന്നു. ആരോ ആശ്വാസവാക്ക് പറഞ്ഞ് ജോസിനെ വീട്ടിലേക്ക് കൊണ്ടുപോയി. അടുത്തു നിന്ന് ചിരിക്കുന്ന ഒരാളിനെ നോക്കി, ഞാൻ തലയ്ക്കു മീതെ വിരൽ കൊണ്ടു രണ്ടു മൂന്ന് വട്ടം വരച്ച് കാണിച്ചു. അയാൾക്കാണോ. നിങ്ങൾക്കാണോ, അതോ തനിക്കാണോ ഭ്രാന്തെന്ന് ആർക്കറിയാം എന്ന പ്രസ്താവം നടത്തി ആ മനുഷ്യൻ നടന്ന് നീങ്ങി. ഞാൻ ചിരിച്ചുപോയി. അപ്പോൾ വേറൊരാൾ ചോദിച്ചു. "നിങ്ങളാരാണ്?" പേരു പറഞ്ഞപ്പോൾ അടുത്ത ചോദ്യം: "എന്താ, ഏർപ്പാട്?"

ഞാൻ ചിരിച്ചു. അതിഷ്ടമാവാതെ ഉച്ചത്തിലയാൾ പറഞ്ഞു: പറയൂ മിസ്റ്റർ."

എല്ലാവരേയും നോക്കി തലതാഴ്ത്തി ഞാൻ പറഞ്ഞു: "ഞാൻ ഒരു കഥയെഴുത്തുകാരനാണ്."

"അതു വരട്ടെ, നമ്മുടെ കോളനിയെക്കുറിച്ച് കഥയെഴുതാൻ വന്നതാണല്ലേ?" വേറൊരാൾ ഉച്ചത്തിൽ പറഞ്ഞു.

ഞാൻ തലതാഴ്ത്തി നിന്നതേയുള്ളൂ. ജോസ് നുണ പറയുകയാണ് ഞാനെന്ന് വിളിച്ച് പറയുന്നുണ്ടായിരുന്നു. പേര് ചോദിച്ചയാൾ തോളിൽ കൈവച്ച് പറഞ്ഞു: "മോനെ കഥയെഴുതാനുള്ള കോപ്പായില്ലേ. ഇനി സ്ഥലം വിട്ടോളൂ."

അനുസരണയോടെ ഞാൻ സ്കൂട്ടറിനടുത്തേക്ക് നീങ്ങി. ഞാൻ കേൾക്കട്ടെയെന്ന മട്ടിൽ അയാൾ ശബ്ദമുയർത്തി പറഞ്ഞു:"ജോസിന് സംശയമുണ്ടെങ്കിൽ പൊലീസിനൊരു പരാതികൊടുക്ക്."

ഞാൻ സ്കൂട്ടർ സ്റ്റാർട്ട് ചെയ്യാനൊരുമ്പെട്ടു. ചാരനിറമുള്ള സ്കൂട്ടർ എന്നെ മെനക്കെടുത്തിക്കളഞ്ഞു. വല്ല പൈങ്കിളിക്കഥയുമെഴുതി നല്ലൊരു സ്കൂട്ടർ വാങ്ങണം ഹേ, കോളനിയെ മോശമാക്കിയെഴുതിയാൽ അത

വസാനത്തെ കഥയായിരിക്കും കേട്ടോ തുടങ്ങി അറിയിപ്പുകൾ സ്കൂട്ടർ അനങ്ങും വരെ ഞാൻ കേൾക്കേണ്ടിവന്നു.

അപ്പപ്പോൾ തന്നെ വിവരം ഞാൻ അദ്ദേഹത്തെ അറിയിച്ചിരുന്നു. ചിലപ്പോൾ സംഭവിച്ചത് ആദ്യം തൊട്ടവസാനം വരെ കേൾക്കാനും നിർദ്ദേശങ്ങൾ തരാനും അദ്ദേഹം എന്നെ വിളിപ്പിച്ചുവരുത്തിയിരുന്നു. ഞാനറിയാതെ എന്റെ നീക്കങ്ങൾ പരിശോധിച്ചിരുന്നെന്നും പൂർണ്ണ സംതൃപ്തിയാണുള്ളതെന്നും അദ്ദേഹം പറഞ്ഞു. ആവശ്യത്തിലേറെ കാശും തന്നിരുന്നു. ഇരുന്നൂറ്റമ്പത് രൂപ റിസ്ക് അലവൻസ് കൂടി തരുമെന്നറിയിക്കുകയും ചെയ്തു. മൂന്ന് ലക്ഷം രൂപയ്ക്ക് എൽ.ഐ.സി. പോളിസിയെടുപ്പിച്ചു. കമ്പനി പ്രീമിയം അടച്ചുതുടങ്ങി.

പൊലീസിൽ നിന്നൊരു കുഴപ്പവുമുണ്ടാവില്ലെന്ന് അദ്ദേഹം ഉറപ്പ് തന്നിരുന്നു. അതു മനസ്സിലാക്കിയാവണം, ജോസ് അടവ് മാറ്റിയത്. വഴിക്കുവച്ച് മൂന്ന് തടിമാടന്മാരെന്നെ തടഞ്ഞുനിർത്തി. ഒരാളെന്റെ കോളറിന് പിടിച്ച് ആകാശത്തേക്കുയർത്തി. കഥയെഴുത്തും നാടകമെഴുത്തും നിർത്താൻ സമയമായെന്ന് പറഞ്ഞു മെല്ലെ ഭൂമിയിലേക്കിറക്കി. ഇനിയെങ്ങാനുമിവിടെ കണ്ടാൽ ചോരകൊണ്ട് ഞങ്ങളും കഥയെഴുതുമെന്ന് പേടിപ്പിച്ചു.

വിവരമറിയിക്കാൻ വിളിച്ചപ്പോൾ അദ്ദേഹം വീട്ടിലായിരുന്നു. ഉടനെ വീട്ടിലേക്ക് വരാൻ പറഞ്ഞു. വീട് കണ്ടുപിടിക്കാനുള്ള അടയാളങ്ങളും തന്നു.

വീട്ടുപടിക്കൽ കാത്തുനില്പുണ്ടായിരുന്നു അദ്ദേഹം. കണ്ടപാടെ കൈപിടിച്ച് കുലുക്കി വല്ലതും പറ്റിയോ എന്നന്വേഷിച്ചു. അദ്ദേഹം വീടിനകത്തേക്ക് വിളിപ്പിച്ചു സോഫയിൽ പിടിച്ചിരുത്തി. നടുവകത്തുപോയി വലിയൊരു ഗ്ലാസിൽ ലൈം ജ്യൂസുമായി എത്തി. ഞാനത് കുടിക്കുമ്പോൾ അദ്ദേഹം ഫോൺ ചെയ്യുകയായിരുന്നു. ജോസ് താമസിക്കുന്ന കോളനിയിലും ഓഫീസിനുമടുത്തുള്ള നേതാക്കന്മാരോടാണ് സംസാരിച്ചതെന്ന് മനസ്സിലായി. എന്റെ സംരക്ഷണം ഉറപ്പു വരുത്തുകയായിരുന്നു അദ്ദേഹം. ഒന്നും പേടിക്കാനില്ലെന്ന് എന്നോടു പറഞ്ഞു. എനിക്കാവട്ടെ വ്യാകുലപ്പെടാനെന്തെങ്കിലുമുണ്ടായെന്ന തോന്നലേ ഉണ്ടായിട്ടില്ല.

അന്നേരമാണ് ഡൈനിംഗ്റൂമിന്റെ വാതിൽക്കൽ വിളറിയ മുഖം ഞാൻ കണ്ടത്. ക്രീം നിറമുള്ള കർട്ടനിൽ നിന്ന് അവരുടെ മുഖം വേർതിരിച്ചു കാണുന്നില്ല. അദ്ദേഹത്തിന്റെ ഭാര്യ തന്നെ. ഞാൻ നിനച്ചു. അദ്ദേഹമപ്പോൾ അവരോടായി പറഞ്ഞു:"സുശീ, ലേറ്റസ്റ്റ് ഡെവലപ്മെൻസ് അറിഞ്ഞില്ലേ?"

അവരിലൊരു ഭാവമാറ്റവുമുണ്ടായില്ല. എന്റെ പിന്തുടരൽ ജോസിനെ പിടികൂടിയിട്ടുണ്ടെന്ന് അവരോട് അദ്ദേഹം പറഞ്ഞപ്പോഴാണ് ഞാൻ നടുങ്ങിപ്പോയത്. കാര്യങ്ങൾ വിചാരിച്ചതിലും കൂടുതൽ കുഴമറിഞ്ഞ് കിടക്കുന്നു. സംഭവങ്ങൾക്ക് പിന്നിലെ രഹസ്യങ്ങൾ അറിയേണ്ടവനല്ല ഞാൻ. അതിനിതുവരെ മെനക്കെട്ടിട്ടുമില്ല. എന്നാൽ ജോസ് കട്ടികൂടിയ പുകമറ

യ്ക്കുള്ളിലേക്ക് നീങ്ങിപ്പോവുന്നത് ഞാനറിയുന്നു. ഇപ്പോൾ ഇദ്ദേഹത്തിന്റെ ഭാര്യയും.

യാത്ര അയയ്ക്കുന്നിതിനിടയിൽ അദ്ദേഹം പറഞ്ഞു: “പേടിക്കാനൊന്നുമില്ല കേട്ടോ.”

ഞാൻ തലകുലുക്കുകയും ചെയ്തു.

പിന്നീടൊരിക്കൽ വീണ്ടും മൂവർ സംഘം എന്റെ മുന്നിലെത്തി. ജോസിന്റെ ഓഫീസിനടുത്തു വച്ചായിരുന്നു. അവർ നെഞ്ച് വിരിച്ച് കൈകൾ വീശി എനിക്കെതിരെ നടന്നുവരുന്നു. ഒരാൾ തലയിലെ ചുവന്ന കെട്ടഴിച്ച് വീശി ചിരിക്കുന്നു. ഞാനൊന്ന് പിടഞ്ഞത് സത്യം. പെട്ടെന്നാണ് ആജാനുബാഹുക്കൾ നാലുപേർ എനിക്കുമവർക്കുമിടയിൽ വന്നിറങ്ങിയത്. എവിടെനിന്നീ ഭീകരന്മാർ പൊട്ടിമുളച്ചുവെന്ന് അതിശയപ്പെടുന്ന എന്നോട് അവരിലൊരാൾ പിന്നോട്ട് തിരിഞ്ഞ് കണ്ണിറുക്കി കാണിച്ച് പൊയ്ക്കൊള്ളാൻ നിർദ്ദേശം തന്നു. ഭാഗ്യം, കിക്ക് സ്റ്റാർട്ട്. സ്കൂട്ടർ ചതിച്ചില്ല. പിന്നെയെന്തുണ്ടായാവോ?

അക്കാര്യമറിയിക്കാൻ വിളിച്ചപ്പോൾ അദ്ദേഹം രണ്ടു ദിവസമായി ഓഫീസിൽ വരുന്നില്ലെന്ന കാര്യം സുനിത അറിയിച്ചു. ചിരിച്ചുകൊണ്ട്. ഞാൻ വിളിച്ചാൽ മാത്രം തരാനേൽപ്പിച്ചതാണ് എന്നു പറഞ്ഞ് ഒരു ഫോൺ നമ്പറും എക്സ്റ്റൻഷൻ നമ്പറും തന്നു. അദ്ദേഹത്തെ ഫോണിൽ കിട്ടുകയും ചെയ്തു. നഗരത്തിലെ പ്രധാനപ്പെട്ട ആശുപത്രിയുടെയും അത് നില്ക്കുന്ന റോഡിന്റെയും പേര് പറഞ്ഞു, റൂം നമ്പരും തന്ന് ഉടനെയെത്തുമല്ലോ എന്ന് ചോദിച്ചു. ചാരനിറമുള്ള സ്കൂട്ടറിൽ ഞാൻ കുതിച്ചു.

ആശുപത്രിക്കെട്ടിടത്തിന് ഇളം നീല നിറമായിരുന്നു. ജനിമൃതികൾപോലെ വേർതിരിച്ചറിയാനാവാത്തവിധം ആകാശവും കെട്ടിടവും ചേർന്നു കിടക്കുന്നു. നാലാം നിലയിലായിരുന്നു മുറി. വാതിൽപ്പുറത്ത് ചെറിയ കാർഡിൽ പേര്. ശ്രീമതി സുശീല. ബെല്ലമർത്തി. കാലൊച്ച. വാതിൽ തുറക്കുന്ന ശബ്ദം. പാതി തുറന്ന വാതിലിനിടയിൽ നിന്ന് പതിഞ്ഞ ഒച്ചയിൽ അദ്ദേഹം പറഞ്ഞു: “ഗുഡ്. വിചാരിച്ചതിലുമേറെ ശ്രീമാൻ ജോസ് വെന്തുരുകുന്നുണ്ട്. പലരോടും സഹായം തേടിയിരിക്കുന്നു. എന്നേയും വിളിച്ചിരുന്നു....”

അദ്ദേഹം വളരെ ക്ഷീണിതനായിരുന്നു. ഊണോ ഉറക്കമോ ഉണ്ടാവില്ല. മുറിക്കകത്തേക്ക് നോക്കി മന്ത്രിക്കും പോലെ അദ്ദേഹം പറഞ്ഞു:“ഇതൊന്നും സുശിയെ സന്തോഷിപ്പിക്കുന്നില്ലല്ലോ...തീരെ വയ്യ”

പെട്ടെന്നായിരുന്നു അകത്ത് നിന്നൊരു നിലവിളി ഉയർന്നത്. അദ്ദേഹം അകത്തേക്ക് പാഞ്ഞു. വാതിലങ്ങനെ കിടന്നു. ആരെയോ കണ്ട് പേടിച്ച അലർച്ച. പാതി തുറന്ന വാതിലിനപ്പുറം അദ്ദേഹത്തിന്റെ ഭാര്യ പാഞ്ഞെണീക്കുന്നത് ഞാൻ കണ്ടു. അഴിഞ്ഞമുടി ചിതറിത്തുള്ളുന്നു. ആരെയോ നോക്കുന്നപോലെ. എന്നെയോ? ആ തുറിച്ചനോട്ടം അദ്ദേഹ

ത്തിന്റെ ചുമലുകൾ മറച്ചു. അവരുടെ ഒച്ചയുയർന്നു. "അതാ.....അവിടെ ചേട്ടാ....അതാ ജോസവിടെ നില്ക്കുന്നതു കണ്ടില്ലേ?"

ഞാൻ തളർന്നുപോയി. മൂന്നാഴ്ചയായി ഞാൻ പിന്തുടരുന്ന ജോസി നെക്കുറിച്ചാണ് അവർ പറയുന്നതെന്ന് മനസ്സിലായി. അവർ മുറിയിൽ ചൂണ്ടിക്കാണിക്കുന്നിടം ഒഴിഞ്ഞുകിടക്കുന്നു. മുറിയിൽ അദ്ദേഹമല്ലാതെ മറ്റാരും ഉണ്ടായിരുന്നില്ല. അവരുടെ ശബ്ദം ഉയർന്നു: "അതാ ജോസ്..." കണ്ണിലിരുട്ട് വീഴുന്നു. എനിക്ക് നില്ക്കാനാവുന്നില്ല. ചുമരുചാരി കണ്ണിൽ ഒരദൃശ്യ രൂപം. എന്നെ പിന്തുടർന്ന രൂപം. ചിറകുകൾ വിരിച്ച് എന്റെ ചുമലുകൾക്കടുത്തുനിന്നും ആൾരൂപം പറന്നുപോകുന്നു.

കാഴ്ച തെളിഞ്ഞപ്പോൾ റൂമിനു പുറത്ത് വരാന്തയിലിട്ട വെള്ളച്ചാ യമടിച്ച ബഞ്ചിൽ ചാരിക്കിടക്കുകയായിരുന്നു ഞാൻ. വെള്ള വസ്ത്രമ ണിഞ്ഞ നഴ്സുമാർ ഒരു ട്രേയുമായി ആ മുറിയിലേക്ക് പാഞ്ഞ് പോവു ന്നു. ചുവപ്പ് നിറം കലർന്ന ഇരുട്ട് പാടെ കണ്ണിൽ നിന്നും വിട്ടുപോയിരു ന്നില്ല.

കുന്നംകുളം

ഞെട്ടിയുണർന്ന അരവിക്ക്, കേട്ട ശബ്ദമെന്തെന്ന് മനസ്സിലായില്ല. ഇരുട്ടിൽ നേരമെന്തായെന്ന് തിരിഞ്ഞതുമില്ല. എപ്പോഴാണുറങ്ങിയതെന്നും എത്രാമത്തെ പെഗ്ഗായിരുന്നു മുഴുമിപ്പിക്കാനാവാതെ പോയതെന്നും അരവി ഓർക്കാൻ ശ്രമിച്ചു. അപ്പോഴാണ് കൂടെ ജോയിയുണ്ടായിരുന്നല്ലോ എന്നോർത്തത്. ജോയിയുടെ മുഖത്താണ് കൈ തട്ടിയത്, തണുപ്പ്... അരവി പിടഞ്ഞെണീറ്റു. കാൽ മേശമേൽ തട്ടി. ഗ്ലാസ് തെറിച്ചുവീണ് പൊട്ടിച്ചിതറുന്നു. പിന്നെ, അരവിക്ക് കാലെടുത്തു വയ്ക്കാൻ പേടിയായി. ഇരുൾ കട്ടയായി കറുത്ത രൂപമായി, കൈകളും ചിറകുകളും വീശി ചുറ്റും പറക്കുന്നു. തല വലുതാവുകയും വാപിളർത്തുകയും ചെയ്യുന്നു. അരവി എങ്ങനെയോ വിളക്കിട്ടു. നിലത്ത് വിരിച്ച കിടക്കയിൽ ജോയി കൈകൾ നെഞ്ചോടമർത്തി പുളയുന്നു. എന്തോ പറയാനൊരുമ്പെട്ടു. അരവി ഫ്രിഡ്ജിനു പുറത്തു വച്ച കുപ്പിയിൽ നിന്നും വെള്ളമെടുത്തു. ജോയിയെ പിടിച്ചുയർത്തി ഗ്ലാസ് ചുണ്ടോടടുപ്പിച്ചു. അപ്പോൾ ഒരു വിറയലോടെ ജോയി അരവിയുടെ കൈയിൽ നിന്ന് കുഴഞ്ഞുവീണു. വലതു കൈയിലെ ഗ്ലാസ് ചരിഞ്ഞു. തലയണയിൽ വെള്ളം തൂവി. വെളുപ്പിൽ പടരുന്ന നനവ്, രൂപം മാറിവരുന്നതുകണ്ട് അരവി തളർന്നിരുന്നു.

അരവിയെ കൂടുതൽ അലട്ടിയത്, ജോയിയെക്കുറിച്ച് കൂടുതലൊന്നും അറിയില്ലല്ലോ എന്നതായിരുന്നു. രണ്ടരമാസം മുമ്പാണ് ജോയി അരവിയുടെ ഓഫീസിൽ കേറിവന്നത്. പേര് പറഞ്ഞു. ഇവിടെ ഒരു സിമന്റ് ഫാക്ടറിയിൽ ക്ലാർക്കാണെന്നും നാട് കുന്നംകുളമാണെന്നും വ്യക്തമാക്കി. അരവി അന്നേരം ചോദിച്ചത്, ഒറിജിനലോ ഡ്യൂപ്ലിക്കേറ്റോ എന്നായിരുന്നു. കുന്നംകുളത്ത് അമ്മയെപ്പോലും കൃത്രിമമായുണ്ടാക്കുമെന്നും, ഒറിജനലും ഡ്യൂപ്ലിക്കേറ്റും ഒരിക്കലും വേർതിരിച്ചറിയാൻ കഴിയില്ലെന്നും

അരവി കുട്ടിക്കാലത്തേ കേട്ടതാണ്. ചിരിച്ചതല്ലാതെ ജോയി പിന്നെയൊന്നും വെളിവാക്കിയില്ല. കുറച്ചു കഴിഞ്ഞപ്പോൾ, മാസിക പ്രവർത്തനത്തിൽ സാറിനെ സഹായിക്കാനാവുമെന്ന് പറഞ്ഞു. അരവി പലതരം കസേരകളുണ്ടാക്കുന്ന ഒരു ഫാക്ടറി നടത്തുന്നതിനിടയിൽ, യഥാർത്ഥത്തിൽ തനിക്ക് ചെയ്യാനുള്ളത് അതല്ല എന്നറിഞ്ഞ് രണ്ടര വർഷമായി മലയാളത്തിലൊരു മാസിക മുടങ്ങാതെ പുറത്തിറക്കുന്നു. മാസത്തിൽ കുറച്ചുനാൾ കസേരക്കാര്യം മറക്കും. അത് ഒരാശ്വാസവും ആവശ്യവുമായി മാറിയിരിക്കുന്നു. അരവി ജോയിയെ വീട്ടിലേക്ക് ക്ഷണിച്ചു. ആ രാത്രി, മാസികയുടെ ഒരുക്കൂട്ടലിലൂടെ നേടിയ ആനന്ദം പകുത്തു നല്കി. പിന്നെ, മുടങ്ങാതെ രണ്ട് മാസമായി എല്ലാ ശനിയാഴ്ചയും ജോയിവരുന്നു. രണ്ടു ലക്കങ്ങളുടെ പിന്നിൽ ജോയിയുടെ ശ്രമവും കൂടിയുണ്ടായിരുന്നു. ജോയിയുടെ പ്രിയപ്പെട്ട എഴുത്തുകാരെക്കുറിച്ചും പുസ്തകങ്ങളെക്കുറിച്ചുമല്ലാതെ അരവിക്ക് ജോയിയെക്കുറിച്ച് കൂടുതലൊന്നും അറിയില്ലായിരുന്നു.

“എന്താ ഉറങ്ങിയില്ലേയിതുവരേം?” എന്ന ചോദ്യവുമായി നിർമ്മല അടുത്തേക്ക് വരുന്നു. പെട്ടെന്ന് കണ്ണുതുറിച്ച് അടുത്തിരുന്നു. നിർമ്മലയുടെ കാലിലെ തള്ളവിരലിൽ നിന്നും വെളുത്ത കിടക്കവിരിപ്പിലെ പൂക്കൾക്കിടയിൽ ചോര പരന്നു. പൂക്കളിൽ നിന്ന് ചോരപ്പാട് തിരിച്ചറിയാൻ അരവിക്ക് സാധിക്കുന്നില്ല.

എങ്ങനെയോ അരവി ജോയിയുടെ നെഞ്ചിൽ കൈവച്ചു. ഹൃദയസ്പന്ദനമോ, കൈ വിറയലോ? അങ്ങനെ ഇരുന്നുപോയി. പിന്നെ, മെല്ലെ നിർമ്മലയെ പിടിച്ചെഴുന്നേല്പിച്ച് സോഫയിലിരുത്തി. കാലിലെ മുറിവ് നോക്കി. അപ്പോഴാണ് അരവിക്ക് അനിലിനെ ഫോൺ ചെയ്യാനുള്ള പ്രേരണയുണ്ടായത്. സോഫയിലിരിക്കുമ്പോൾ, അനിലിനോട് ഇങ്ങോട്ട് വരാൻ പറഞ്ഞിരുന്നോ എന്ന സംശയമായിരുന്നു, അരിവിക്ക്. അരവി ഘടികാരത്തിലേക്ക് നോക്കി. സൂചികളനക്കമറ്റു കിടക്കുകയാണെന്നാണ് ആദ്യം തോന്നിയത്. പിന്നീട് സൂചികളുടെ മന്ദഗതി കണ്ട് അസ്വസ്ഥനായി.

“മിസ്റ്റർ ചെയർമാൻ എന്തുപറ്റി?” എന്നു ചോദിച്ചുകൊണ്ടാണ് അനിൽ അകത്തേക്ക് കേറിയത്. ഉത്തരത്തിനൊന്നും കാക്കാതെ കിടക്കയിൽ മുട്ടുകുത്തിയിരുന്ന് ബാഗിലെ സ്റ്റെതസ്കോപ്പെടുത്ത് ചെവിയിൽ തിരുകി. ജോയിയുടെ ചരിഞ്ഞുകിടന്ന മുഖം ശരിയാക്കാൻ തുനിഞ്ഞു. ഉടനെ ജോയിയുടെ കൈത്തണ്ടയെടുത്തു. വിരലുകളമർത്തി. കണ്ണൊന്ന് ചിമ്മി, തലയൊന്ന് കുടഞ്ഞ് അനിൽ സ്പന്ദനം തേടി. ‘ചതിച്ചോ കള്ളൻ’ എന്നും പറഞ്ഞ് കുനിഞ്ഞിരുന്ന് ജോയിയുടെ കുപ്പായത്തിന്റെ കുടുക്കഴിച്ച് ഇരുകൈകളും നെഞ്ചിലമർത്തി. മെല്ലെ ഉയർത്തി. പലവട്ടം അങ്ങനെ ആവർത്തിച്ചു. സ്റ്റെതസ്കോപ്പെടുത്ത് നെഞ്ചത്തുവച്ച് പരിശോധിച്ചു. ‘ശരി, അങ്ങിനെയെങ്കിൽ അങ്ങിനെ’ എന്നു പറഞ്ഞ് ജോയിയുടെ കൈകളെടുത്ത് നെഞ്ചത്ത് വച്ചു കൺപോളകളടുപ്പിച്ചു. പുതപ്പെടുത്തു മൂടി. കിടക്കയിൽ നിന്നെണീറ്റു. നിർമ്മലയുടെ നിലവിളിയുയർന്നു. അരവി

നിർമ്മലയെ തോളോടടുപ്പിച്ച് പുറത്ത് കൈവച്ചു. അപ്പോൾ കിടപ്പുമുറിയുടെ വാതിൽക്കൽ അഭിലാഷ് കരഞ്ഞുകൊണ്ടെത്തി. കുപ്പിച്ചില്ല് അഭിയുടെ കാലിൽ തട്ടുമെന്ന ഭയമുണ്ടായിട്ടും അരവിക്കനങ്ങാൻ കഴിഞ്ഞില്ല. അഭിലാഷ് നിർമ്മലയുടെ അടുത്ത് വന്നിരുന്നു. കരച്ചിൽ നിർത്തി. ജോയിയേയും അനിലിനേയും മാറിമാറിനോക്കി. പിന്നെ നിർമ്മലയുടെ മേലൊട്ടി.

അനിൽ ഫോൺ ചെയ്യുകയാണ്. ആരോടൊക്കെയോ വിവരമറിയിക്കുന്നു. ഉടനെയെത്താനാവശ്യപ്പെടുന്നു. അനിൽ തന്റെ ആശുപത്രിയിലേക്ക് വിളിച്ച് ജോയി എന്നൊരാൾ ഒരു മണിക്കൂർ മുമ്പ് നെഞ്ചുവേദനയുമായി വന്ന് അഡ്മിറ്റായതും അഞ്ചുമിനിറ്റു മുമ്പ് ഡിസ്ചാർജ്ജായതും രേഖപ്പെടുത്താനാവശ്യപ്പെടുന്നു. അപ്പുറത്തെ വിസ്മയം അരവി മനസ്സിൽ കണ്ടു. അനിലിന്റെ സ്വരം മാറി: "പറയുന്നതുപോലെ ചെയ്യൂ. സിവ്യർ പൾമനറി ഹൈപർടെൻഷൻ. ഡിസ്ചാർജ്ഡ് ആഫ്റ്റർ ഡത്ത്. ഓക്കേ." അരവി തരിച്ചിരുന്നു.

രമേഷും ജോസഫും വന്നെത്തി. അനിൽ ചുരുക്കം വാക്കുകളിൽ വിവരമറിയിക്കുന്നു. തീരുമാനവും: "ഉടനെ വീട്ടിലെത്തിക്കണം. എന്തു ചെയ്യാനാവും. ആർക്കും തടുക്കാനാവാത്ത വിധം കാലൻ കേറി വന്നതാണ്. ജോയിയുടെ ഫാക്ടറിയിൽ നിന്ന് വിലാസം കിട്ടിയിട്ടുണ്ട്. സാക്ഷാൽ 'കുന്നംകുളം'. രമേഷ് ചോദിച്ചു: "അനിൽ, പോസ്റ്റ്മാർട്ടം കഴിച്ച് കൊണ്ടുപോകുന്നതല്ലേ നല്ലത്?" അനിലിന്റെ മറുചോദ്യം: 'ബാംഗ്ലൂരിലെ പ്രധാനപ്പെട്ട ഒരാശുപത്രിയിൽ നിന്നുള്ള ഡെത്ത് സർട്ടിഫിക്കറ്റ് പോരേ?" രമേഷിന് സംശയം വിട്ടില്ല. "കുന്നംകുളത്തുകാർ അത് വിശ്വസിക്കുമോ?" അനിൽ ചോദിച്ചു. "ഇവിടുന്ന് നടത്തിയ പോസ്റ്റുമാർട്ടത്തിലവർക്ക് വിശ്വാസമുണ്ടായിക്കൊള്ളണമെന്നുണ്ടോ? "ഇനി അഥവാ സംശയം മാറുന്നില്ലെങ്കിൽ തൃശൂരിൽ കൊണ്ടുപോയി കീറിമുറിച്ചു കുത്തിത്തുന്നണം." "ജോയിയുടെ കൂടെ താമസിക്കുന്ന ഒരാളിനെ കൊണ്ടുപോകുന്നത് നന്നായിരിക്കു"മെന്ന് ജോസഫ് അഭിപ്രായപ്പെട്ടു. ആംബുലൻസ് വിളിക്കുന്നതിനിടയിൽ "അത് നല്ലതാണെ"ന്ന് അനിൽ പറഞ്ഞു. പിന്നെ അരവിയെ നോക്കി. 'നിർമ്മലയും അഭിയും എന്റെ വീട്ടിൽ നില്ക്കട്ടെ" എന്ന നിർദ്ദേശം വച്ചു. പെട്ടെന്ന് നിർമ്മല, "ഇല്ല ഏട്ടനെ ഒറ്റയ്ക്ക് വീടൂലാ...ഞാനും പോകും, ഞാനും പോകും" എന്നു പറഞ്ഞ് തേങ്ങിക്കരഞ്ഞു. നിർമ്മലയുടെ മനസ്സ് മാറ്റാനായില്ല.

ആംബുലൻസിൽ ശവം കേറ്റുമ്പോൾ ആദ്യവെളിച്ചം വീണുകഴിഞ്ഞിരുന്നു. അടുത്ത വീടുകളിലെ ജനൽപ്പാളികൾ തുറക്കുന്നത് അരവി കണ്ടു. ആംബുലൻസിന്റെ പിൻവാതിലിനടുത്തുനിന്ന് അനിൽ പറഞ്ഞു: "അരവി ധൈര്യമായിരിക്കുക. ഇവിടുത്തെ കാര്യം ഞാൻ നോക്കാം. ആദ്യം എന്റെ ആശുപത്രീ പോകണം. രേഖയെടുത്തുതരും. ജോയീടെ ഒരു ചങ്ങാതിയെ കൂട്ടണം. പിന്നെ നേരെ കുന്നംകുളത്തേക്ക്."

രമേഷും ജോസഫും ഇങ്ങനെ മിണ്ടാതിരിക്കുന്നത് അരവി കണ്ടിട്ടില്ല. നിർമ്മല മുൻസീറ്റിലിരിക്കുന്നു. അഭി ഉറക്കത്തിലാണ്. ജോയിയുടെ കൂടെ

താമസിക്കുന്ന റഹ്മാൻ, "ഇക്കൊല്ലം തണുപ്പ് നേരത്തെയെത്തിയല്ലോ. ഈ ഭാഗത്തെ നിരത്ത് എന്നും ഇങ്ങനെ തന്നെ. ഞായറാഴ്ചയായത് ഭാഗ്യം" എന്നിങ്ങനെ പറഞ്ഞുകൊണ്ടിരുന്നു. മറ്റാരും പ്രതികരിച്ചില്ല. റഹ്മാന് തുടരാനും കഴിഞ്ഞില്ല. ചുരം കേറിത്തുടങ്ങുമ്പോൾ, തണുത്ത കാറ്റ് വണ്ടിയിലേക്ക് തള്ളിക്കേറിക്കൊണ്ടിരുന്നു. ഉറക്കത്തിൽ നിന്നെണീറ്റ് അഭിലാഷ് പിന്നോട്ട് നോക്കി. "എന്താച്ചാ ജോയ്യങ്കള് എപ്പഴും ഉറക്കാ...." ആരുമൊന്നും പറഞ്ഞില്ല. അഭിലാഷ് നിരത്തിലേക്ക് നോക്കിയിരുന്നു.

കുന്നംകുളത്തെത്തുമ്പോൾ വൈകുന്നേരമേറെയായിരുന്നു. നിരത്തൊഴിഞ്ഞ് കിടപ്പാണ്. കടകൾ തുറന്നുകാണാനില്ല. എതിരെ നടന്നു വരുന്ന ഒരാളിനെക്കണ്ട് വണ്ടി നിർത്തിച്ച് റഹ്മാൻ ചാടിയിറങ്ങി. അതേ വേഗത്തിൽ പാഞ്ഞു കയറി വാതിലടച്ച് വണ്ടി വിടാനാംഗ്യം കാണിച്ചു കൊണ്ട് പറഞ്ഞു: "കക്ഷി കുടിച്ചതെന്തായാലും ഡ്യൂപ്ലിക്കേറ്റല്ല." അരിച്ചു നീങ്ങി വണ്ടി ഒരു മുറുക്കാൻ കടയോടടുപ്പിച്ചു നിർത്തി. മുറുക്കാൻ കടക്കാരനിറങ്ങി വന്നു. വിവരമറിഞ്ഞയാൾ വാ പിളർത്തി "അന്നമ്മേട മോൻ ജോയിയോ?" എന്നു വിശ്വാസം വരാതെ ചോദിച്ചു. കടയിലിരിക്കുന്ന പയ്യനോട് "ഞാനിതാ വന്നു" എന്നു പറഞ്ഞ് വണ്ടിയിലേക്ക് കേറുകയും ചെയ്തു.

ഒരിടവഴി അറ്റത്താണ് ആംബുലൻസ് നിർത്തിയത്. "ശവവുമായി കേറിച്ചെല്ലുന്നത് ശരിയല്ല. ജോയിടനിയനെ വിളിച്ചാദ്യം വിവരം പറയാം" എന്നും പറഞ്ഞ് മുറുക്കാൻ കടക്കാരനിറങ്ങിപ്പോയി. വല്ലാത്തൊരസ്വാഭാവികത അരവി അറിഞ്ഞു. ഇല്ലിവേലിയോട് ചേർന്ന മുളങ്കൂട്ടം ഇളകുന്നു. കീറിമുറിക്കുന്ന ചൂളം വിളി. ആകാശത്ത് പെരുവിരലുകൾ മാന്തുന്നു. ചോരപ്പാട് വീണ ആകാശത്ത് കരഞ്ഞുകൊണ്ടൊരു കാക്ക. ഇരുളിലത് മറഞ്ഞു. അപ്പുറത്തു നിന്നും ഇപ്പുറത്ത് നിന്നും ഓരോരുത്തരായി ആംബുലൻസിനടുത്തെത്തിക്കഴിഞ്ഞിരുന്നു. വന്നയുടനെ വണ്ടിക്കകത്തേക്ക് പാളിനോക്കി, അടുത്തു നില്ക്കുന്നയാളിനോട് വിവരം തിരക്കുന്നു. റഹ്മാൻ ഉത്തരം നല്കുന്നു. വിശ്വാസം വരാതെ "എപ്പോഴായിരുന്നു, ഏക്സിഡന്റാണോ" എന്നിങ്ങനെ ചോദിച്ചുകൊണ്ടേയിരുന്നു. മുറുക്കാൻ കടക്കാരൻ പത്ത് പതിനാറുവയസ്സുള്ള ഒരാൺകുട്ടിയുമായി വന്നു. ആളുകൾ നീങ്ങിക്കൊടുത്തു. ആംബുലൻസിനകത്തേക്ക് കയറി. ജോസഫ് വിറയ്ക്കുന്ന കൈയോടെ മുഖത്തെ തുണി മാറ്റുന്നു. നേരിയ വെളിച്ചത്തിൽ അരവിക്ക് ജോയിയുടെ മുഖം കാണാം. ആൺകുട്ടിയും മുറുക്കാൻകടക്കാരനും "ഇത് വേറെയാരോ ആണ്' എന്ന് ഒന്നിച്ചായിരുന്നു പറഞ്ഞത്. അരവി പിടഞ്ഞുപോയി. "ജോയിച്ചായനല്ല. ജോയിച്ചായനല്ല" എന്നു പറഞ്ഞ് ആൺകുട്ടിയും പിന്നാലെ മുറുക്കാൻകടക്കാരനും താഴേക്കിറങ്ങി. ആരൊക്കെയോ തല നീട്ടി ജോയിയല്ലെന്ന് ഉറപ്പുവരുത്തി മാറുന്നു.

റഹ്മാൻ ആൺകുട്ടിയോട് സിമന്റ് കമ്പനിയുടെ പേര് പറഞ്ഞ് "ജോയി ജോലിയെടുക്കുന്നത് അവിടെയാണോ" എന്നു ചോദിക്കുന്നു.

ആൺകുട്ടി "അതെ" എന്നു പറയുന്നു. റഹ്മാൻ, താമസിക്കുന്ന സ്ഥലത്തിന്റെ പേരു പറഞ്ഞു. "അതും ശര്യാണെ"ന്ന് ആൺകുട്ടി ഉരുവിടുന്നു. ആൺകുട്ടി തുടർന്നു പറഞ്ഞു. "റഹ്മാൻന്ന് പറഞ്ഞ ഒരാളാ ജോയിച്ചായന്റെ കൂടെ താമസിക്കണത്." അൽപ്പനേരം മിണ്ടാതെ നിന്ന റഹ്മാൻ ആൺകുട്ടിയോടു ഒന്നുകൂടി ആളെ നോക്കാൻ ആവശ്യപ്പെട്ടു. ഒരു മീശക്കാരൻ റാന്തൽവിളക്കുമായി വന്ന് "ശ്ശെടാ വിശ്വാസം വന്നില്ലേ?" എന്ന് ചോദിച്ചു. ആൺകുട്ടിയോടൊപ്പം ആംബുലൻസിനകത്തേക്കു കേറുന്നു. അധിക വെളിച്ചത്തിൽ അരവി കണ്ണു ചിമ്മിപ്പോയി. മീശക്കാരൻ തിരിഞ്ഞും മറിഞ്ഞും നോക്കി പ്രഖ്യാപിക്കുന്നു: "ജോയിയുടെ നെറ്റീലൊരു വെട്ടിന്റെ പാടുണ്ട്.... അവൻ കിടാവായ കാലംതൊട്ടേ എനിക്കറിഞ്ഞൂടെ". അപ്പോൾ അലമുറയിട്ട് പാഞ്ഞുവരുന്ന സ്ത്രീയെ വണ്ടിയിൽ കേറുന്നതിൽ നിന്നും മീശക്കാരൻ തടഞ്ഞു. അവരതു വക വയ്ക്കാതെ അകത്തുകേറി. മകൻ ജോയിയല്ലെന്ന് ഉറപ്പു വരുത്തി. "കർത്താവേ, ഇങ്ങിനെയൊരു പരീക്ഷണമുണ്ടോ" എന്നും ചോദിച്ച് താഴേക്കിറങ്ങി.

"ആരാണ് പിന്നെ മരിച്ചത്?", "ഇതെന്തോ ട്രിക്കാണ്ട്ടോ", "പോലീസിലറീച്ചാലോ?" "കള്ളക്കടത്തുകാരാണോ". ചോദ്യങ്ങളുയരുന്നു. ഉത്തരങ്ങളും. ചുറ്റും കുന്നംകുളം വന്നു മൂടിയത് അരവി അറിഞ്ഞു. ആംബുലൻസും അകത്തുള്ളവരും നടുക്കടലിലെ തോണിപോലെ, ചെറുതായ്, ചെറുതായ് മാറുന്നു. ആർത്തിരമ്പലിനിടയിലും അരവി നിർമ്മലയുടെ തേങ്ങൽ കേട്ടു. മുന്നിൽ കിടക്കുന്ന ജോയിയുടെ മുഖം ഇരുളിൽ വേർതിരിച്ചറിയാൻ കഴിഞ്ഞില്ല.

കൊതിയോടെ തീ

ബഷീറിനു സ്വാസ്ഥ്യം നഷ്ടപ്പെട്ടിരിക്കുന്നു. കല്യാണദിവസം വൈകുന്നേരം തന്നെ ഇങ്ങനെയൊരു സന്ദർഭം വ്യാകുലപ്പെടുത്താനെത്തുമെന്ന് ആരും കരുതാനിടയില്ല. അതിഥികളെല്ലാം പോയ്ക്കഴിഞ്ഞു. കുടുംബാംഗങ്ങൾക്കൊപ്പം വീടിനു മുന്നിലെ പുൽത്തകിടിയിൽ ചൂരൽ കസേരയിലിരിക്കുന്ന ബഷീറിന്റെ ഉള്ളാകെ വെന്തുരുകുകയാണ്. അടുത്തിരിക്കുന്ന ഭാര്യ സുലേഖയുടെ സാരിയും ആഭരണങ്ങളും താഴെയിരിക്കുന്ന കുട്ടികൾ ശ്രദ്ധിച്ചുനോക്കുന്നു. സുലേഖയുടെ കറുത്ത കണ്ണുകൾ കൂടിയിരിക്കുന്നവരുടെ വർത്തമാനം പറച്ചിലിനൊത്തു പിടയുന്നുണ്ട്. വട്ടംചുറ്റുന്ന സംഭാഷണങ്ങളിൽ ബഷീറിനു പങ്കുചേരാനാവുന്നതല്ല.

തിളച്ചു മറിയുന്ന വിചാരങ്ങൾക്ക് കീഴ്പ്പെടാതിരിക്കാൻ ബഷീർ പാടുപെടുന്നു. ദിവസത്തിന്റെ അപൂർവ്വതയാലാണ് ഇങ്ങനെയൊരു അവസ്ഥയെന്ന് ആർക്കും തോന്നാനിടയുണ്ട്. സുഗന്ധം പരത്തിത്തുടങ്ങിയ ലില്ലിപ്പൂക്കളിൽ ബഷീർ ശ്രദ്ധിക്കുകയായിരുന്നു. വാടിത്തുടങ്ങിയ ഒരു പനിനീർപ്പൂവ് തന്നെ നോക്കുന്നുവെന്ന് അയാൾക്കു തോന്നി. അയാൾ നോട്ടം ആകാശത്തേക്കുമാറ്റി. വിളറിനരച്ച ആകാശത്ത് ഒറ്റപ്പെട്ടുപോയ ഒരു മേഘത്തുണ്ടിന് തീപിടിച്ചിരിക്കുന്നു. മേഘത്തിന്റെ അരികുകൾ ചുവന്നു കത്തുമ്പോൾ ഒറ്റയായൊരു പക്ഷി ചിലച്ചും ചിറകിട്ടടിച്ചും പറന്നുപോയി. ആകാശം അയാളിലേക്ക് അശാന്തിയുടെ ചാരം വിതറി.

"ബഷീറിന് ബോറടിക്കുന്നുണ്ടോ" എന്ന് ചെറ്യളാപ്പ സംശയം പ്രകടിപ്പിച്ചു. ഉടനെ ജമീല പറഞ്ഞു: "നമ്മളൊക്കെ വീട്ടിലേക്കു മടങ്ങും വരെ രണ്ടുപേരും ഇതൊക്കെ സഹിച്ചേ പറ്റൂ."

ബഷീറതു കേട്ടില്ല. ശബ്ദമൊന്നും കേൾക്കാത്ത കാഴ്ചയൊന്നും കാണാത്ത തിളച്ചുറഞ്ഞ ദ്രവനിരപ്പിൽ അയാളുടെ ബോധതലം ആണ്ടുപോയിരുന്നു.

"ബഷീർസാറിന്റെ ബോറടി മാറ്റാൻ സാക്ഷാൽ വിദ്യാർത്ഥികൾ തന്നെ അതാ വരുന്നു" എന്ന് ബാപ്പ പറഞ്ഞു. ഗേറ്റിൽ ആൾപെരുമാറ്റം. ചെറ്യളാപ്പ ബഷീറിനെ ഇടംകണ്ണിട്ടു നോക്കിക്കൊണ്ടു ചോദിച്ചു: "കല്യാണമൊക്കെ പകലു കഴിഞ്ഞൂന്നു പറഞ്ഞ് അവരെ തിരിച്ചയച്ചാലോ?"

ജമീല അത് ശരിവെച്ചു. ബഷീർ രണ്ടുപേരെയും നോക്കിക്കൊണ്ടു പറഞ്ഞു. "ഇവരെ കൈകാര്യം ചെയ്യാൻ ഈ സാറ് തന്നെ ധാരാളം."

ബഷീറിന്റെ നോട്ടത്തിലെ സന്ദേശം ഉൾക്കൊണ്ട് സുലേഖ അയാൾക്കൊപ്പം എണീറ്റു. പഠിപ്പിക്കുന്നോരുടെ ഈ സ്നേഹമൊക്കെ നാലഞ്ചു ദിവസം കൊണ്ട് ഇല്ലാതാവുമെന്ന് ജമീല പറഞ്ഞു. ഉടനെ ബാപ്പയുടെ ചോദ്യമുണ്ടായി, "പക്ഷേ, പഠിക്കുന്നോരുടെ സ്നേഹം കുറയണമെന്നുണ്ടോ?"

മുറ്റത്തേക്ക് കയറിയ വിദ്യാർത്ഥികളെ ബഷീർ സുലേഖയോടൊപ്പം സ്വീകരിച്ചു. ചിരിച്ചുകൊണ്ടു ജമാൽ പറഞ്ഞു: "ക്ഷണക്കത്ത് കിട്ടാത്തതിനാൽ ഉപഹാരങ്ങളൊന്നും കൊണ്ടു വന്നിട്ടില്ല, സാർ."

അങ്ങനെയാണെങ്കിൽ ഒരു ഗ്ലാസ് വെള്ളംപോലും തരില്ലെന്ന് ബഷീർ ഉത്തരം നല്കി. ശബ്ദം മാറ്റി ഒരു കണ്ണിറുക്കിക്കൊണ്ടു ജമാൽ ചോദിച്ചു. "ഉപഹാരവുമായി വരേണ്ടവർ ഉച്ചയ്ക്കേ വന്നിട്ടുണ്ടാമല്ലോ, അതുപോരേ സാർ."

"ജമാൽ...." ബഷീറിന് ഒച്ച പൊങ്ങിയില്ല. അയാൾ തളർന്നുപോയി. ഭാഗ്യം, സുലേഖ ചായയെടുക്കാൻ പോയിരുന്നു. കൂടുതലായൊന്നും സംസാരിക്കാനും കഴിഞ്ഞില്ല. സുലേഖ ട്രേയിൽ ചായയും മധുരപലഹാരങ്ങളുമായെത്തി. ചായകുടിച്ച് അവർ പോവാനിറങ്ങി. ബഷീറും സുലേഖയും അവരെ യാത്രയയച്ച് വീണ്ടും പുൽത്തകിടിയിലേക്ക് നടന്നു.

"അപ്പോൾ ഉപഹാരങ്ങൾ ഇന്നുതന്നെ പൊളിച്ചുകൂടേ." എന്ന് ബാപ്പ ചോദിച്ചു. മറുപടിക്ക് കാത്തുനില്ക്കാതെ എഴുന്നേല്ക്കുകയും ചെയ്തു. ബഷീർ ഓർത്തത് ബാപ്പയുടെ മുറിയിൽ വച്ച് ഇരുണ്ട വെളിച്ചത്തിൽ കുറെനാൾ മുമ്പ് മുഴങ്ങിക്കേട്ട ഉത്തരം പേറിയ ചോദ്യങ്ങളാണ്. "നീ വെറൊരാളെ കണ്ടുവച്ചിട്ടില്ലല്ലോ? ഈ പെൺകുട്ടിയെ ഇഷ്ടമാവാതിരിക്കാൻ എന്ത് ന്യായമാണുള്ളത്. അല്ലെങ്കിൽ നിന്നെയാരെങ്കിലും കണ്ടുവച്ചിട്ടുണ്ടോ?" തീരുമാനമെടുത്തു കഴിഞ്ഞാലും മറ്റുള്ളവരുടെ താല്പര്യം പരിഗണിക്കുന്നുവെന്ന മട്ടിൽ ബാപ്പ ചോദിക്കുന്നു. തീരുമാനിച്ചത് നടക്കാനാശിക്കുമ്പോഴും വെറുതെ ചോദിക്കുന്നു. ബഷീറിനെതിർക്കാൻ കഴിഞ്ഞില്ല, അന്ന്.

ബാപ്പയുടെ മുറിയിൽ ഇഷ്ടിക പാകിയ നിലത്ത് എല്ലാവരും ഇരുന്നു. മേശവലിപ്പിൽ നിന്നെടുത്ത കറുത്ത ചട്ടയിട്ട പുസ്തകം ചെറ്യളാപ്പയെ ഏല്പിച്ച് 'ഓരോന്നായി എഴുതിക്കൊള്ളാ'ൻ നിർദ്ദേശം കൊടുത്തു. പുസ്തകം മറിച്ചുനോക്കിക്കൊണ്ട് ചെറ്യളാപ്പ പറഞ്ഞു: "ജമീലയുടെ കല്യാണത്തിന് കിട്ടിയതൊക്കെ ഇതിൽ തന്നെ എഴുതിവെച്ചിട്ടുണ്ടല്ലോ. ഇത്ര ഭംഗീലാരാണെഴുതിയത്?"

ആരും മറുപടി കൊടുത്തില്ല. ഉമ്മയെഴുതിയതാണെന്നകാര്യം ചെറ്യ ളാപ്പയ്ക്കറിയില്ലെന്ന് ബഷീറിനറിയാം. ചെറ്യളാപ്പ ദുബായിയിലായിരുന്നു അന്ന്. ഉമ്മ കറുത്തുതടിച്ച പേനകൊണ്ട് അമർത്തിയെഴുതുന്നു. ബാപ്പ വേഗം എഴുതിത്തീർക്കാൻ തിടുക്കം കൂട്ടുകയും ചെയ്യുന്നു. എഴുതി ത്തീർത്തു. പിന്നീടുള്ള എഴുത്ത് ബാക്കിയാക്കി ഉമ്മ പോവുകയും ചെയ്തു.

ബാപ്പ പെട്ടെന്ന് കണ്ണടയെടുത്ത് ഉടുമുണ്ടിന്റെ അറ്റംകൊണ്ട് ചില്ലു വെടിപ്പാക്കി ധരിച്ചു. ജമീലയിൽ നിന്ന് ആദ്യത്തെ പെട്ടി ഏറ്റുവാങ്ങി. താഴെവച്ച് പ്ലാസ്റ്റിക് നൂല് വെട്ടിമുറിക്കുമ്പോൾ "ഇതിലെന്താണെന്ന് പറയാൻ പറ്റുമോ" എന്നു ചോദിച്ചു. "ഒരു ജഗ്ഗും ആറ് ഗ്ലാസുമായിരിക്കു" മെന്ന് ചെറ്യളാപ്പയും. "സ്റ്റീൽ പാത്ര" മാണെന്ന് വല്യമ്മായിയും. "അതൊന്നുമല്ല ഹോട്ടുഫ്ളാസ്കാ"ണെന്നു സുലൈമാനിക്കയും പറഞ്ഞു. സുലേഖയോട് ബാപ്പ പറഞ്ഞു: "ട്രൈ യുവർ ലക്ക് ആൾസോ."

സുലേഖ ബഷീറിനെ നോക്കിയതല്ലാതെ ഒന്നും പറഞ്ഞില്ല. ബഷീർ പെരുത്തുകൂടിയ പേടിയിൽ എരിയുകയായിരുന്നു. അല്പനേരം ഒറ്റയ്ക്കിരിക്കാൻ അയാൾ ആശിച്ചു. വിവാഹനാൾ അങ്ങനെയിരിക്കാൻ ആർക്കാണാവുക? അപ്പോൾ നാടകീയമായ ആംഗ്യങ്ങളോടെ പെട്ടി തുറന്ന് ചായം പൂശിയ ഒരു കഥകളിരൂപം ബാപ്പ പുറത്തെടുത്തു. "താടിവേഷമാണല്ലോ" എന്നു പറയുകയും ചെയ്തു. ആ മുഖത്തെ ചിരി തന്റെ നേരെയുള്ളതാണെന്ന് തോന്നി ബഷീറിന്.

"കൈനീട്ടം തന്നെ ഉപകാരമില്ലാത്ത വസ്തുവാണല്ലോ" എന്ന് കൊയ്ക്ക പറഞ്ഞത് ബാപ്പയ്ക്കിഷ്ടമായില്ല. "കിട്ടുന്നയാളിന്റെ ആവശ്യമാണ് ഉപകാരം നിർണ്ണയിക്കുന്നതെന്നും ഈ ആവശ്യത്തെക്കുറിച്ചുള്ള തരുന്നയാളിന്റെ പ്രതീക്ഷയാണ് പ്രധാനമെന്നതെന്നും" ബാപ്പ പറഞ്ഞു.

പിന്നെ അടുത്ത പെട്ടിയെടുത്ത് താഴെവച്ചു. കത്രികയെടുത്തു കയർ മുറിച്ചു. കടലാസ് നീക്കി.

ചാരനിറത്തിലുള്ള കടലാസുകൊണ്ട് പൊതിഞ്ഞ പെട്ടി ബാപ്പയുടെ കൈയിൽ കണ്ടതോടെ, ബഷീറിന്റെ വേവലാതി പാരമ്യതയിലെത്തി. അയാൾ വിയർപ്പൊപ്പിച്ചുകൊണ്ടിരുന്നു. ബഷീർ അതൊളിപ്പിച്ച് വയ്ക്കാൻ ആശിച്ചതാണ്. അകത്തേക്ക് ചുഴലിയുടെ ചുരുളുകളെറിഞ്ഞ് ആ പെട്ടിയും തന്നുപോയ ആൾ മുന്നിലുണ്ടെന്ന് തോന്നി അയാൾക്ക്. ആ പെട്ടി വാങ്ങുമ്പോൾ ബഷീർ കേട്ടിരുന്നു. "ഹാപ്പി മേരീഡ് ലൈഫ്..... സാർ..." പലരും പറഞ്ഞുകേട്ട വാക്കുകൾക്ക്, അപ്പോഴൊന്നുമില്ലാത്ത ആഴങ്ങളായിരുന്നു. ചുട്ടുപൊള്ളുന്ന കുന്തമുന തലച്ചോറിനകത്തേക്ക് ആഞ്ഞുതറയ്ക്കുന്നതായി ബഷീറിന് അനുഭവപ്പെട്ടു.

"സ്മാൾ ഈസ് ബ്യൂട്ടിഫുൾ" കടലാസ് നീക്കിക്കൊണ്ട് ബാപ്പ പറഞ്ഞു. ബഷീറപ്പോൾ കേട്ടത് വേറൊന്നായിരുന്നു: "ക്ഷണിക്കാതെ വന്നതാ സാർ...പോണില്ല, പുറത്ത് നിക്ക്ണുണ്ട്ട്ടോ...." എന്നും. പിന്നെ

മുറ്റത്ത് പുൽത്തകിടിയോട് ചേർന്ന പനിനീർച്ചെടിയുടെ അടുത്തുനിന്ന് തറയ്ക്കുന്ന നോട്ടം. എപ്പോഴാണവിടുന്നു മാറിയത്. ബഷീറിനറിയില്ല.

ബാപ്പയുടെ ശബ്ദം ഉയർന്നു. “ഡിയേർസ്. ഇതൊരു അസാധാരണമായ ഉപഹാരം തന്നെ.”

ബാപ്പയുടെ കൈയിൽ വയലറ്റ് നിറത്തിൽ ആലിംഗനം ചെയ്യുന്ന സ്ത്രീയുടേയും പുരുഷന്റേയും രൂപമുള്ള മെഴുകുതിരി. ഉരുകിത്തീരാൻ അലിഞ്ഞൊന്നായ നിമിഷം ബഷീറിന്റെ കൺമുമ്പിൽ വന്നു നിറഞ്ഞു. “ഞാനീ നിമിഷം ജീവിതകാലം മുഴുക്കെ താലോലിക്കും...സാർ.” ബഷീർ കൂടുതൽ അസ്വസ്ഥനായി.

“ഇതിനകത്ത് പേരും എഴുതിവെച്ചിട്ടില്ലല്ലോ.” എന്നു പറഞ്ഞ് പെട്ടിയാകെ പരതുകയായിരുന്നു ബാപ്പ. ഒച്ചയേറിയ കാറ്റ് ബഷീറിന്റെ ചെവി തുളച്ചു. അയാളുടെ തൊണ്ട വരണ്ടു. നാവു കുഴഞ്ഞു. “ബഷീറിന് ഇതാരാണ് തന്നതെന്ന് ഓർമ്മയുണ്ടാവുമല്ലോ” എന്ന ചോദ്യത്തോടെ ബാപ്പ അയാളെ നോക്കി. ബഷീർ പരുങ്ങി. “തിരക്കിലതൊക്കെ ആരോർക്കുമെന്ന്” കൊയക്ക പറഞ്ഞു: “ഇതൊരു വ്യത്യസ്തമായ പെട്ടിയായതു കൊണ്ട്, തീർച്ചയായും ഓർമ്മയുണ്ടാവും എന്ന്” പറഞ്ഞു ബാപ്പ. ബഷീർ തല താഴ്ത്തിയിരുന്നതല്ലാതെ ഒന്നും മിണ്ടിയില്ല. അപ്പോൾ ബാപ്പ സുലേഖയോട് ചോദിച്ചു: “സുലേഖ ഓർക്കുന്നുണ്ടോ?”

സുലേഖ വിഷമത്തോടെ അയാളെ നോക്കി. “അത്ര വിലപിടിച്ച സാധനമൊന്നുമല്ലല്ലോ” എന്നു കൊയക്ക പറഞ്ഞു. ബാപ്പ കൊയക്കയെ നോക്കിക്കൊണ്ട് പറഞ്ഞു. “ഖാദർ....തരുന്നവർ വിലകല്പിച്ചിട്ടുണ്ടാവും. അവരുടെ സെന്റിമെൻസ് കിട്ടുന്നവരറിയണം.”

ചെറ്യളാപ്പ ചോദിച്ചു: “എഴുതിവെച്ച പുസ്തകം നോക്കി, കടം വീട്ടാൻ എന്തെങ്കിലും വാങ്ങിത്തരുന്നവരുമുണ്ടാവില്ലേ, ഇക്കാ?”

കുറച്ചുനേരം മിണ്ടാതിരുന്ന് പെട്ടിയിലെ പഞ്ഞിയിൽ മെഴുകുതിരി വെച്ചു കൊണ്ട് ബാപ്പ പറഞ്ഞു. “കടം വീട്ടുന്നവർ പേരെഴുതിവെക്കില്ലേ? അങ്ങനെയാണെങ്കിൽ ഇതൊരു കടം വീട്ടലാവുമോ?”

ആരുമൊന്നും പറഞ്ഞില്ല. ബാപ്പ തുടർന്നു: “തിരിച്ചു കിട്ടില്ല എന്നറിഞ്ഞു കൊടുക്കുന്നവരാവാനും മതി.”

ബഷീറിന്റെ ഉള്ളിൽ വാക്കുകൾ ആഞ്ഞുതറയ്ക്കുകയായിരുന്നു. കണ്ണിൽ ഇരുട്ടുകയറി. ശ്വാസം മുട്ടുന്ന വിങ്ങലായി. പുസ്തകത്തിലെഴുതിക്കൊണ്ട് ചെറ്യളാപ്പ പറഞ്ഞു: “ഒരു ഹാൻഡ് മെയ്ഡ് കാൻഡൽ... നെയിം അൺനോൺ.”

ഉടനെ ബാപ്പ തിരുത്തി: “നോ.... നെയിം നോട്ട് റെക്കാർഡഡ്.”

ബാപ്പ അടുത്ത പെട്ടി കൈയിലെടുത്തു തുറന്നു തുടങ്ങി.

രാത്രി എല്ലാവരും കൂടി സുലേഖയെ ആനയിച്ചുകൊണ്ടുവരുമ്പോൾ ബഷീർ മുറിയിലെ കിടക്കയിൽ വാരിക മറിച്ചുനോക്കുകയായിരുന്നു. ഒരു വാക്കുപോലും കാണുകയോ വായിക്കുകയോ ചെയ്തിരുന്നില്ല. അപ്പോൾ അയാൾ ജമീല പറയുന്നതു കേട്ടു: “ഇന്ന് രാത്രീം സാറ് വായിച്ചിരുന്നു നേരം വെളുപ്പിക്കോ?”

അതിനേക്കാൾ ഉച്ചത്തിൽ ചെറ്യളാപ്പ പറഞ്ഞു: "നാളെ രാവിലെ എണീറ്റ പാടെ കോളേജിലേക്ക് പായും.... സുലു വിടരുത് കേട്ടോ?"

കുറെ നേരം കളിവാക്കുകൾ പറഞ്ഞ് സുലേഖയെ മുറിയിലേക്ക് തള്ളി, എല്ലാവരും പിന്മാറി. അകത്ത് നിന്നടച്ചു പൂട്ടാൻ മറക്കരുതെന്ന് ചെറ്യളാപ്പ ഓർമ്മിപ്പിച്ചിരുന്നു.

സുലേഖ വാതിൽ ചാരി നില്ക്കുകയാണ്. ബഷീർ ചോദിച്ചു: "എന്താ നിന്നൊറങ്ങാനാണോ പരിപാടി?"

സുലേഖ മെല്ലെ നടന്നുവന്ന് കട്ടിലിലിരുന്നു.

എപ്പോഴോ സുലേഖ വർത്തമാനത്തിന് തീ കൊളുത്തി. എങ്ങോട്ടെന്നില്ലാതെ പടർന്നു. ഉമ്മയെപ്പറ്റി ചോദിച്ചപ്പോൾ അയാൾ പറഞ്ഞു തുടങ്ങി. "ജീവിക്കാനെമ്പാടും കൊതിയായിരുന്നു ഉമ്മയ്ക്ക്. ഒരു ദിവസം രാവിലെ ചായ കാച്ചാൻ അടുക്കളേല് കേറിയതാ പൊട്ടിത്തെറിക്കണ ഒച്ചകേട്ട് ഓടിയെത്തിയപ്പഴ് ആളിക്കത്തുന്ന തീക്കുള്ളിൽ... അള്ളോ...ന്റുമ്മാ," ആ നിമിഷം വിളക്കു കെട്ടുപോയി. അടുത്തുണ്ടായിരുന്ന സുലേഖ ഏതോ ഇരുൾക്കയങ്ങളിലേക്ക് വലിഞ്ഞു. മൗനവും ഇരുളും ഇണ ചേർന്നു.

സുലേഖ കട്ടിലിൽ നിന്നെണീക്കുന്ന ശബ്ദം. "എങ്ങനെയാണ് ഫാനില്ലാതെ ഉറങ്ങാൻ പറ്റ്വാ" എന്ന് സുലേഖ ആരോടെന്നില്ലാതെ ചോദിച്ചു. ബഷീർ മിണ്ടാതിരിക്കുന്നതുകണ്ട് സുലേഖ തുടർന്നു: "നമ്മളിന്ന് ഉറങ്ങണ്ടാന്നാണ് ഇലക്ട്രിസിറ്റി ബോർഡുകാരുപോലും നിശ്ചയിച്ചിരിക്കുന്നത്."

അപ്പോൾ മുറിയിലുള്ളത് പോരാഞ്ഞ് ഇരുട്ടിൻപട തള്ളിക്കേറി. ബഷീർ ആ നേരം സുലേഖ എവിടെയായിരിക്കുമെന്ന് ഊഹനിർണ്ണയം നടത്തുകയായിരുന്നു. സുലേഖ ചോദിച്ചു: "ഈ കാതിലും കഴുത്തിലുമുള്ളത് ഇരുട്ടത്തെങ്ങനാ അഴിച്ചുവെക്ക്വാ?"

ബഷീർ ഒന്നും പറഞ്ഞില്ല. സുലേഖ "ടോർച്ചുണ്ടോ" എന്നന്വേഷിച്ചു. മേശപ്പുറത്തുണ്ടാവുമെന്നറിയിച്ചു അയാൾ. കുറച്ചു കഴിഞ്ഞ് ഇരുളിൽ വെളിച്ചം മിന്നി. തപ്പിത്തടഞ്ഞ് നീങ്ങി സുലേഖ അലമാര തുറക്കുന്ന ശബ്ദമുണ്ടായി. ബഷീർ തലയണ ചുമരോട് ചേർത്തുചാരിയിരുന്നു. അല്പം കഴിഞ്ഞപ്പോൾ സുലേഖ തീപ്പെട്ടിയുരസുന്ന ശബ്ദം കേട്ടു. തീപ്പെട്ടിക്കോൽ പൊടിഞ്ഞു കാണണം. സുലേഖ പിറുപിറുക്കുന്നു. വേറൊന്നുരസി. മുറിയിൽ വെട്ടമായി.

ബഷീർ നടുങ്ങിപ്പോയി. അരണ്ടു വിറയ്ക്കുന്ന വെളിച്ചത്തിൽ അയാൾ സുലേഖ മേശപ്പുറത്തു വെച്ച മെഴുകുതിരി കണ്ടു. ആലിംഗനം ചെയ്യുന്ന ഇണകൾക്ക് തീപ്പെട്ടിക്കോൽ വെട്ടം ചുവന്ന നിറം പൂശുന്നു. ബഷീർ തളർന്നിരുന്നു. അപ്പോൾ തീപ്പെട്ടിക്കോലുടനെ കെട്ടുപോയി. ചുവന്ന ചെറിയ ഒരു കണ്ണ് ഇരുട്ടിൽ ബഷീറിനെ തുറിച്ചുനോക്കി. ഒരു നിമിഷം കൊണ്ടത് കണ്ണു പൂട്ടുകയും ചെയ്തു. ബഷീർ വിയർത്തൊലി

ക്കുകയാണ്. വിറയലോടെ അയാൾ ചോദിച്ചു: "സുലു അതിപ്പോ കത്തിക്കണോ?"

"പിന്നെ....ഇരുട്ടത്തെനിക്ക് കണ്ണുകാണ്വോ? ഞാനെന്താ പുച്ചയാണോ?" സുലേഖയുടെ ഒച്ചയുയർന്നു. അന്നേരം ബഷീർ വെളിച്ചം ആ നിമിഷം വന്നെങ്കിൽ എന്നാഗ്രഹിച്ചു. തീപ്പെട്ടിക്കോലിലെ തീനാമ്പ് മെഴുകുതിരിപ്പുറത്തെ ചുരുണ്ട് കിടക്കുന്ന തിരിയിലേക്ക് പടർന്നു. തീക്കണ്ണു മിഴിച്ചു. ഉയർന്നുപൊങ്ങിയ തീനാമ്പ് അയാളുടെ തലയ്ക്കുള്ളിലേക്ക് പാളി. അപ്പോൾ ചുമരിൽ വീണു കിടക്കുന്ന താടിവേഷം അയാളെ നോക്കി ചിരിക്കുന്നു.

ഞരമ്പുകളിൽ ലോഹമുരുകിത്തുടങ്ങി. സുലേഖയുടെ മാലയിലെ ചുവന്നകല്ല് ബഷീറിനെ നോക്കുന്നു. അയാൾ കണ്ണു മുറുകെ അടച്ചുപിടിച്ചു. അപ്പോൾ പിടയുന്ന രണ്ട് കണ്ണുകൾ അയാളിൽ നിറഞ്ഞു. അയാൾ കേട്ടു: "സാർ..."

തീനാമ്പു പുളയുന്നു.

തലമുടിയിൽ ചൂട് തട്ടി, പിന്നെ തലയുരുകി...തലച്ചോറൊലിച്ചു വീഴുന്ന നിമിഷം കൺമുമ്പിൽ. അപ്പോഴും അയാളുടെ ചെവിയിൽ മുഴങ്ങി: "സാർ.... ഞാനീനിമിഷം...." തലയണയിൽ മുഖമമർത്തിക്കരയുന്ന ശബ്ദം.

എല്ലാം ഉരുക്കുന്ന തീ ഞരമ്പുകളിൽ തിളച്ചുമറിയുകയാണ്.

റൂഹാങ്കിളി[1]

കൊത്തിവലിച്ചതൊരു കിളിയുടെ കരച്ചിലാണ്. തിരിഞ്ഞുനോക്കിയപ്പോൾ കണ്ടത് കുന്നുകേറി ഏങ്ങിവലിഞ്ഞു വരുന്ന ഒരാളിനേയും, കണ്ടുപരിചയമില്ല. മുഖത്തുരുണ്ടുകൂടുന്ന ചുളിവുകൾക്കൊപ്പം ഗതികെട്ട കിതപ്പ്. തടിച്ച ചുണ്ടുകൾ വെപ്രാളപ്പെട്ടെന്തോ വ്യക്തമാക്കാൻ ശ്രമിക്കുന്നു. പിറക്കാത്ത ഒച്ചയ്ക്ക് പിന്തുണയായി കൈകൾ കൊണ്ടാംഗ്യവിക്ഷേപങ്ങൾ നടത്തുന്നു.

"അസ്സലാമു അലൈക്കും"[2] ഒടുക്കം നഷ്ടപ്പെട്ട കിതപ്പ് അടുത്ത് ഇഴഞ്ഞെത്തിയിരിക്കുന്നു. വന്നയാൾ കൈപിടിച്ചു കുലുക്കി. കൈവെള്ളയിൽ കൊഴുത്ത നനവ് പരന്നു. വല്ലാത്തൊരുമണം പൊതിഞ്ഞുകൂടി. അയാൾ പറഞ്ഞുകൊണ്ടിരുന്നു. "കുറേഹ്...കുറേ നേരമായിങ്ങളെ പിന്നിക്കൂടീട്ട്...."

അയാൾ ചിരിച്ചു കൊണ്ട് തോർത്ത് തലയിൽ നിന്നഴിച്ചു മാറ്റി രണ്ടറ്റവും ഇറുക്കിപ്പിടിച്ച് ഊക്കോടെ കുടഞ്ഞു. കണ്ണിലും മൂക്കിലും പൊടി പാറി. അയാൾ മുണ്ടിന്റെ ഒരതിർത്തി വീണ്ടെടുത്ത് മുഖമൊപ്പി. അദൃശ്യമായ ഉപ്പുപുറ്റുകളുരുകിക്കൊണ്ടേയിരുന്നു.

അയാൾക്ക് കുറിയ ശരീരവും വലിയ തലയുമാണ്. ചുളിഞ്ഞ മുഖത്ത് തടിച്ച ചുണ്ടുകളും പരന്ന മൂക്കും ഏച്ചുകൂട്ടിയപോലെ തൂങ്ങിക്കിടക്കുന്നു. അയാൾക്ക് ചെറിയൊരു കൂനുണ്ട്. പിന്നിൽ തൂക്കിയ മാറാപ്പ് കൂനൊട്ടിക്കിടപ്പാണ്. ശ്വാസഗതിയിൽ അയവ് വീണപാടെ നാവ് നീട്ടി കീഴ്ചുണ്ട് നനച്ച് കറപിടിച്ച പല്ലുകൾ വെളിക്ക് കാണിച്ച് അയാൾ

---

1 റൂഹാങ്കിളി= മരണ സന്ദേശമറിയിക്കുന്നു എന്ന് കരുതപ്പെടുന്ന കിളി

2 അസ്സലാമുഅലൈക്കും = ക്ഷേമാനുഗ്രഹങ്ങൾ നിങ്ങളിലുണ്ടായിരിക്കട്ടെ,

പറഞ്ഞു: "ഞമ്മളെ കൂനൻന്നോ കുള്ളൻന്നോ വിളിച്ചോളീൻ... ങളെ സഹായിക്കാൻ പൊട്ടിമുളച്ചതാണ്ന്നും കൂട്ടിക്കോളീൻ."

മരച്ചുവട്ടിൽ നിന്നും നടവഴിയിലേക്ക് കേറി. അകാലത്ത് തടിയാകെ ചുക്കിച്ചുളിഞ്ഞ മരമായിരുന്നത്. ആഴത്തിലിറങ്ങാൻ തുനിഞ്ഞ വേരുകൾ മുറിഞ്ഞും ദ്രവിച്ചും പോയി. പച്ചപ്പിൽ നര വീണിട്ടും അടങ്ങാത്ത ആർത്തിയായി മീതേക്കള്ളിപ്പിടിച്ചു കേറാൻ കുന്നിൻചരിവിലാമരം മെന ക്കെടുന്നു.

പുൽപ്പരപ്പ് ആലസ്യത്തിലാടി ബെയ്ത്ത്[1] പാടുന്നു. അനുഷ്ഠാന ത്തിന്ന് കാർമ്മികളായി മുൾച്ചെടികൾ. മുന്നിൽ നടക്കുന്നതിനിടയിൽ അയാൾ പറഞ്ഞു: "ഞമ്മളെ തിരിഞ്ഞോന്നറിയൂലാ.... സാരല്ലാ....ങ്ങളി വിടുത്തുകാരനല്ലല്ലോ...സത്യത്തില് ഇദ്ദുനിയാവില് നമ്മളൊക്കെ ഒന്നു കില് പരദേശി, അല്ലെങ്കില് മുസാഫിറ്[2]'

ആകാശം പുതപ്പിട്ടു മൂടുന്നു. വഴിമാറിപ്പോവുന്ന വെട്ടം കാട്ടുപൊ ന്തകൾതേടി. പുറത്തേക്കുന്തി നില്ക്കുന്ന കരിമ്പാറയിലെ ചുവന്ന വെളി ച്ചവും വറ്റി. അവസാനപ്രതീക്ഷയും നഷ്ടപ്പെട്ട മേഘത്തുണ്ടും താഴേ ക്കിറങ്ങാനാവാതെ ചോരകല്ലിച്ച് നില്ക്കുന്നു.

നടക്കാനുള്ള വിഷമം അയാളറിഞ്ഞിരിക്കണം. അയാൾ പറഞ്ഞ ല്ലോ. "ഈ വൈഷമ്യങ്ങളെല്ലാം മറ്റൊരു ലോകത്തേക്കുള്ള കൃഷീം വിള വെടുപ്പുമാ."

കാലെടുത്തുവെച്ചതൊരു കല്ലിൻകൂർപ്പിലായിരുന്നു. വേദനയിൽ തുള്ളിപ്പോയി. ചെരുപ്പ് പിടഞ്ഞുമാറി. കനമൊട്ടുമില്ലാത്ത ചെരുപ്പിന്റെ ഇളം പച്ചവാറ് വിടുതൽ നേടി മലച്ചു കിടന്നു. കുമ്പിട്ട് ചെരുപ്പെടുത്തു. പെട്ടെന്ന് കുറിയവനതുവാങ്ങി. ചെരുപ്പിന്റെ വാറ് പൊട്ടുന്ന നേരം തന്നെ നമ്മളതറിയുന്നുവെന്ന് പറഞ്ഞ് അയാളത് ശരിപ്പെടുത്തി. പിന്നെയത് താഴെവച്ച് അയാൾ തുടർന്നു: "....വാറിനെക്കാളും അടുത്ത മരണത്തെ ക്കുറിച്ചാർക്കും ഈ ലോകത്തുവെച്ച് ഓർമ്മണ്ടാവൂല."

എന്തു പറയണമെന്നറിയാതെ നടക്കുമ്പോൾ പെട്ടെന്നായിരുന്നു അയാൾ ചോദിച്ചത്: "അഞ്ചാറ് കൊല്ലം അറബിക്കെട്ടി[3]ലേനീം അല്ലേ?" ഉത്തരത്തിനയാൾ കാത്തില്ല. "നാട്ടീല് വന്ന് തൊടങ്ങിയ കച്ചോടം പൊളിഞ്ഞ് പാളീസായല്ലേ?"

ഒന്നും പറയാൻ തോന്നിയില്ല. മുഖത്തേക്ക് പോലും നോക്കിയില്ല. പിന്നെയും ചോദ്യമുണ്ടായി: "മക്കളെ രണ്ടാളെം വല്യ സ്കോളില് പഠി പ്പിച്ചിട്ടും കുരുത്തത്തിലായീലല്ലേ?"

ഒന്നും ബാധിക്കുന്ന കാര്യമല്ലെന്ന തോന്നൽ.

"ങ്ങളോടെമ്പാടും പിരിശള്ള ങ്ങളെ കുട്ട്യേളെ ഉമ്മാനെ വെച്ച്. ആരാന്റെ കെട്ട്യോളോട് ലോഹ്യം കൂടി നടന്നീലേനോ?"

---

1 ബെയ്ത്ത് = പാട്ട്

2 മുസാഫിർ= സഞ്ചാരി

3 അറബിക്കെട്ട് = അറേബ്യ

അയാളിന്റെ ചോദ്യങ്ങൾ ആഞ്ഞു തറയ്ക്കേണ്ടതാണ്. എന്തൊക്കെയോ കുത്തിപ്പൊക്കേണ്ടതാണ്. ഒന്നും തോന്നുന്നില്ല. അപ്പോൾ ഒരു വിരാമമെന്ന മട്ടിൽ അയാൾ പറഞ്ഞു. "ഒക്കെ മടുത്തല്ലേ? ഇപ്പം എന്താ ബാക്ക്യായത്?"

ഉത്തരമായ് അയാൾ ചിരിക്കുകയും ചെയ്തു.

അപ്പോഴേക്കും കരിമ്പടം കൊണ്ട് ആകാശം മൂടിപ്പുതച്ച് കഴിഞ്ഞിരുന്നു. നടന്നുകേറുക എളുപ്പമായിരുന്നില്ല. കാലടി തുളയ്ക്കുന്നു. അയാൾക്കാവട്ടെ ഏതു കുറ്റാക്കൂരിരുട്ടും തുളയ്ക്കാൻ കെല്പുള്ള കണ്ണുകളുണ്ട്. അയാൾ നടത്തം പതുക്കെയാക്കി. പിന്നെ ഒരു മരച്ചോട്ടിലിരുന്ന് മാറാപ്പഴിച്ച് പരതിത്തുടങ്ങി. കത്തിപ്പാതിയായ ഒരു ഓലച്ചൂട്ടും തീപ്പെട്ടിയും പുറത്തെടുത്തുവച്ചു. മാറാപ്പ് കെട്ടി തോളിലേക്കെടുത്തിട്ടു. അരുമക്കുഞ്ഞായത് കൂനൊട്ടിക്കിടന്നു.

തീപ്പെട്ടിക്കോലുരസി. ആദ്യത്തേത് പൊടിഞ്ഞുപോയി. അടുത്തത് നടുമുറിഞ്ഞു. വേറൊന്നിന്റെ മരുന്നടർന്ന് തെറിച്ചുപോയി. ഓരോ കോലും വലിച്ചെറിയുമ്പോൾ അയാൾ ചിരിച്ചു. അടുത്ത ഊഴത്തിൽ സ്വയമർപ്പിക്കുകയുണ്ടായി. അതിനിടയ്ക്കയാൾ തീപ്പെട്ടി കുലുക്കിനോക്കി. തീർന്നോ. അടുത്ത ഉരസലിൽ തീ മിന്നി. അയാളത് ചൂട്ടറ്റത്ത് പിടിപ്പിച്ചൂതി. പിന്നെ അത് ആഞ്ഞുവീശി തീപ്പടർത്തി. ഇരുൾ ജലമിളകി. കരിനീർപ്പോളകൾക്കിടയിൽ ഉരുകിച്ചുവന്ന നീർക്കോലികൾ പിടഞ്ഞു. പെട്ടെന്നയാൾ തീപ്പെട്ടി കൈയിലേക്കിട്ടുതന്നു. കൂടിനുള്ളിലൊരൊറ്റക്കോലുമുണ്ടായിരുന്നില്ല. അയാൾ ചിരിച്ചുകൊണ്ട് ചൂട്ടുവീശിനടന്നു. കാണാവഴികൾ മുന്നിൽ തുറക്കപ്പെട്ടു.

ചൂളം കുത്തുന്ന കാറ്റിന്റെ സാന്നിദ്ധ്യം. കരിമ്പുതപ്പിന് വീണ ഓട്ടകൾക്ക് മിന്നിത്തിളക്കം. തറയ്ക്കുന്ന തണുപ്പ്. അയാൾ പെട്ടെന്നാണ് കൈപിടിച്ചു വലിച്ചത്. "നിക്കീൻ..." ശബ്ദമടക്കി അയാൾ തുടർന്നു.

"ഞ്ഞി....ങ്ങളായി ങ്ങളെ പാടായി."

മുന്നിൽ പൊട്ടിപ്പൊളിഞ്ഞ കല്പടവ് ഇരുളിൽ ഒളിച്ച് കളിക്കുന്നു. ചൂട്ടുകുറ്റി എരിഞ്ഞു തീരാറായിരുന്നു. അയാൾ ചൂട്ട് ഉയർത്തി. കവിൾ വീർപ്പിച്ച് ചൂട്ടിനറ്റം ഊക്കിലൂതിയനേരം, തീനാമ്പുകളൊന്ന് ഞെളിഞ്ഞു. തെറ്റിക്കിടക്കുന്ന കല്ലുകളും വഴിമുടക്കിപ്പടർന്ന വള്ളികളും ഒരു നിമിഷം വെളിയിൽ ചാടി. വീണ്ടുമൊളിച്ചു. അയാൾ പറഞ്ഞു. "ധൈര്യത്തില് മീതോട്ട് കേറിക്കൊള്ളീൻ....ങ്ങളെ കാത്തിരിക്ക്ണോരുമോളിലുണ്ട്."

ആദ്യത്തെ കാൽവെപ്പ് തന്നെ പിഴച്ചു. കല്ലിളകി താഴേക്കുരുണ്ടു. കൈകുത്തിയത്, മുൾക്കൂട്ടിൽ. നീറ്റൽ കുത്തിക്കേറി. പേടിക്കേണ്ടതില്ലെന്നും പരിചയക്കുറവ് കൊണ്ടാണെന്നും അവിടെ നില്ക്കിൻ എന്നും അറിയിച്ച് അയാൾ പടികൾ കേറി മറിഞ്ഞു. അതിനിടയിൽ അയാൾ വലിച്ചെറിഞ്ഞ ഓലക്കണ്ണികളുടെ അറ്റത്തുനിന്നും തീപ്പൊരികൾ പാറി. ചുവന്ന കണ്ണും തുറിച്ച് വട്ടം പാറി, അവ ഏതോ ഇരുൾ ഗുഹകൾ തേടി.

കാണുന്നത് രാത്രിക്കറുപ്പും കേൾക്കുന്നത് ചീവിടിൻ കരച്ചിലും

മാത്രം. ഗതിവിഗതികളിലൊന്നും ചെയ്യാനില്ലാതെ ആകാശഭൂമികൾ തളർന്നു കിടക്കുന്നു. കാര്യകാരണങ്ങളുടെ താക്കോൽ കളഞ്ഞുപോയ ഭീതിയിൽ എല്ലാം അരണ്ടുപോയിരുന്നു. പടിക്ക് താഴെ കാത്തു നിന്നു.

മീതെ വെളിച്ചം. താഴോട്ടൊലിച്ച വെളിച്ചത്തിൽ കല്പടവിൽ പാതി തെളിച്ചമായി. ശിഖിരങ്ങളിൽ കാലൊച്ച. നിശ്ചിതാവയവങ്ങളില്ലാത്ത നിഴൽരൂപം പടവുകളിൽ ഇടുക്കുകളിലേക്കും കറുപ്പുകളിലേക്കും ഒടിഞ്ഞും മുറിഞ്ഞും നൂഴ്ന്നിറങ്ങി. കുറിയവൻ റാന്തൽ വിളക്കേന്തി, താഴോട്ടിറങ്ങുകയാണ്. അടുത്തെത്തിയപാടെ വിളക്ക് കൈയിൽ തന്ന് അയാൾ പറഞ്ഞു: "സമയമായീലാന്ന് കൂട്ടിക്കോളിൻ...ആളിവിടെവിടെ യോണ്ട്... വരാണ്ടിരിക്കൂലാ.."

വിളക്കിന്റെ ചില്ലുകളിൽ കരിപിടിച്ചിരുന്നു. വെട്ടം മതിയായ കാഴ്ച യേകുന്നില്ല. കൈപിടിച്ചു കുലുക്കിക്കൊണ്ടയാൾ പറഞ്ഞു: "ന്നാൽ ങ്ങള് മോലോട്ട്, ഞമ്മള് താഴോട്ട്....അസ്സലാമുഅലൈക്കും."

ഒന്നും ചോദിക്കാനോ പ്രതിവന്ദനം നടത്താനോ ഇടതന്നില്ല. താഴേ ക്കിറങ്ങി. ഇരുളായ് മാറിക്കഴിഞ്ഞിരുന്നു അയാൾ. എന്നിട്ടും നെടുനിശ്വാ സവും തുളയ്ക്കുന്ന ഗന്ധവും വിട്ടുപോയില്ല.

പടികേറി. പാഴായൊരു കാൽവെപ്പിലാണ് മുറ്റത്തെത്തിയതറിഞ്ഞ ത്. പെട്ടെന്നാണ് മുന്നിൽ വന്നു നില്ക്കുന്നയാളിനെ കണ്ടതും. ഞെട്ടി പ്പോയി. നീണ്ടുമെലിഞ്ഞ മനുഷ്യൻ, പരിസരമാകെ നിറഞ്ഞുനില്ക്കു ന്നു. ചുക്കിച്ചുളിഞ്ഞ മുഖം, കുഴിഞ്ഞ കണ്ണുകൾ, നരച്ച തല. തെറിച്ച കറപിടിച്ച ഒരു പല്ല് ഇടതു വശം തെളിഞ്ഞു: "അസ്സലാമു അലൈക്കും."

പിന്നെ കൈ ഇഴഞ്ഞെത്തി. "ബരീൻ കുട്ടീ."

റാന്തൽ വിളക്കയാൾ വാങ്ങി.

മുന്നിൽ വെളിച്ചം വീണു. പരക്കെപ്പടർന്ന ഒരു ശീമപ്ളാവ് വെളി വാക്കപ്പെട്ടു. വലിയ കടുംപച്ച ഇലകളുടെ ധ്യാനം മുറിഞ്ഞു. മുറ്റം മുറിച്ച് പായുന്ന വയസ്സന്റെ നിഴലിൽ ചവിട്ടാതിരിക്കാനായില്ല. അരൂപി പുളഞ്ഞുംകൊണ്ട് കരിമടകൾ തേടി.

വയസ്സൻ വിളക്ക് പിടിച്ച കൈമാറ്റി. അപ്പോഴാണ് ഇടതുവശം നിറഞ്ഞുനില്ക്കുന്ന കെട്ടിടം കണ്ടത്. പഴയൊരുപള്ളി മാനം മുട്ടി കിട ക്കുന്നു. വെള്ളക്കുമ്മായം പൂശിയ പള്ളി. വാതിലുകളെല്ലാം അടഞ്ഞു കിടപ്പാണ്. രാത്രി നമസ്കാരം കഴിഞ്ഞാളുകൾ പിരിഞ്ഞിരിക്കണം. ഒഴു ക്കിൽ ഉയരങ്ങളിൽ എവിടെയോ കൊളുത്തിപ്പോയ, ആൾപ്പെരുമാറ്റമറ്റ ഒരു പ്രാർത്ഥനാലയമായിരിക്കുമോ എന്ന വിചാരം ഉണ്ടായി.

ഇടതുവശത്തേക്ക് തിരിഞ്ഞപ്പോൾ പള്ളിയുടെ പിൻപുറമായി. വയ സ്സന് പിന്നാലെ ചെരുപ്പഴിച്ചുവെച്ച് പള്ളിയിലേക്ക് കയറി. ഞെട്ടിപ്പോയി. അകത്തളത്തിൽ നടക്കുന്നത് ഒരാളോ, രണ്ടുപേരോ. അകത്തെവിടെ നിന്നോ ഇരട്ടിച്ച് ശബ്ദം. "കുട്ടീ....ഇശാഹ്[1] നിസ്കരിച്ചിട്ടില്ലല്ലോ. അത് ബാക്കിവെക്കണ്ടാ..."

---

1 ഇശാഹ് = രാത്രി

ഒരാളിൽ നിന്ന് മിന്നിത്തെന്നി മറ്റൊരാൾ നടക്കുന്നതും ഒന്നായ് മാറുന്നതും സത്യമോ. കൈകാലുകൾ കുഴഞ്ഞുപോയി.

അപ്പോൾ അകമുറിയിലെ ചുമരിൽ വെച്ച മണ്ണെണ്ണ വിളക്ക് കത്തിച്ച് വിരൽ ചൂണ്ടി അയാൾ പറഞ്ഞു: "ഹൗള[1] താ അവിടെയാ....ഒളു[2] വെട്ത്താളീം..."

ഹൗളിൽ വെള്ളം ഉറങ്ങുകിടപ്പാണ്. ഒരു കുഞ്ഞുമീൻ വന്ന് തല പൊക്കി നോക്കി. താഴേക്കൂളിയിട്ടു. നീർപ്പോളയ്ക്ക് മീതെ കുറെ കുമിളകൾ വന്നുപൊട്ടി. കൈകൾ താഴ്ത്തി വെള്ളത്തിലിട്ടു. ഇരുൾക്കട്ടി തുളുമ്പി. വെളിച്ചം വീണു. സ്വർണ്ണമീനുകൾ പുളഞ്ഞു. മൂന്നുവട്ടം കൈകൾ കഴുകി. വായ് കുപ്പ്ളിച്ചു. മുഖം കഴുകി. മുട്ടറ്റം വരെ കൈകളിൽ വെള്ളം തേവി. മുടിയിഴകളിലും ചെവിയിലും നനവ് പായിച്ചു. എണീറ്റ് ചിരട്ടക്കയിലെടുത്ത് വെള്ളം വീഴ്ത്തി. കാൽ മടമ്പുരച്ചുകഴുകി പള്ളിയിലേക്ക് കയറി.

നടുവകത്തേക്കുള്ള ഒരു വാതിൽ തുറന്നു കിടപ്പാണ്. വിട്ടത്തിൽ തൂക്കിയ വർണ്ണഗോളങ്ങൾ കണ്ണുമിഴിച്ചു. മുറിയുടെ നടുവിലെ മിമ്പറ[3] യിൽ കരിവീട്ടിക്കൊത്തുപണികളിൽ തിളക്കം. ഉരുണ്ട തൂണുകളിലിരുഭാഗത്തും അണിയൊപ്പിച്ച് പ്രാർത്ഥനയിൽ സർവ്വം മറന്ന് നില്ക്കുന്നു.

നമസ്കാരം കഴിഞ്ഞ് തിരിഞ്ഞപ്പോൾ എവിടെ നിന്നോ വയസ്സൻ വിളിക്കുന്നതറിഞ്ഞു. എവിടുന്ന്? മുന്നിലെ വാതിൽ തള്ളിത്തുറന്നതായിരുന്നു. ഞെട്ടിവിറച്ചുപോയി. കടവാതിൽ മുഖത്തു വന്നു വീണു. തെറിച്ചു. കൈയുയർത്തിയത് എട്ടുകാലി വലയിലാണ്. കഴുത്തിലൂടെ എന്തോ അരിച്ചിറങ്ങുന്നു. അപ്പോഴാണ് പൊടിപിടിച്ച ജാറം[4] കണ്ടത്. അത് മൂടിയ വർണ്ണത്തുണി പിന്നിപ്പോയിരിക്കുന്നു. നേർച്ച വസ്തുക്കൾ അനാഥമായ് പൊടിമൂടി കിടക്കുന്നു. കല്ലറയ്ക്കുള്ളിലെ അശാന്തിയിൽ പൊട്ടിപ്പൊളിഞ്ഞതാവണം. ജാറത്തിന്റെ കല്ലുകളിളകിത്തെറിച്ച് പോയിരിക്കുന്നു. അയാളിന്റെ ശബ്ദം: "കുട്ടീ വേണ്ടാത്തെട്ത്തേക്കെന്തിനാ പോണൂ....ഇങ്ങോട്ട് പോരീൻ."

വലതുവശം മുറിയുടെ വാതിൽ താനെ തുറക്കുന്നോ.

മുറിയിൽ ഒരു മൂലയിൽ വയസ്സൻ കുന്തിച്ചിരുന്ന് എന്തോ ഒരുക്കുകയാണ്. ഇരിക്കാൻ നിർദ്ദേശമുണ്ടായി. പുൽപ്പായപ്പുറത്തിട്ട മുട്ടിക്കണ്ടത്തിന്മേലിരുന്ന നിമിഷം മുന്നിലേക്കൊരു കവിടിപ്പാത്രം എടുത്തുവെച്ചു. ചെമ്പുമൂടി നീക്കി പാത്രത്തിൽ ചോറ് തട്ടിക്കൊണ്ടയാൾ പറഞ്ഞു. " ഒരുവയിക്ക് പോണതല്ലേ...ഉള്ള ഒജീനം[5] കൊണ്ട് കത്തലടക്കീൻ....

---

1 ഹൗൾ = ശുചിവരുത്താൻ വെള്ളം ശേഖരിച്ചു വയ്ക്കുന്ന ടാങ്ക്

2 ഒളു = പ്രാർത്ഥനയ്ക്കു മുമ്പുള്ള ദേഹശുദ്ധി വരുത്തൽ,

3 മിമ്പറ = പള്ളിയിൽ വിശുദ്ധ പ്രഭാഷണം നടത്താനുള്ള ഇടം

4 ജാറം = ശവം മറവ് ചെയ്തു കെട്ടിപ്പൊക്കിയ കല്ലറ

5 ഒജീനം = ഭക്ഷണം

വെന്തളിഞ്ഞ ചോറിൽ നാവൊട്ടിപ്പോയി. അപ്പോഴേക്ക് വയസ്സൻ രണ്ടാമത്തെ ചോറുരുളയും ഇറക്കിക്കഴിഞ്ഞിരിക്കുന്നു. കാൽ നീട്ടി, മടിയിൽ കെട്ടിവച്ച പൊതിയഴിച്ച് തപ്പിയെടുത്തെന്തോ വച്ച് നീട്ടി. കാന്താരി മുളക്. വയസ്സൻ ഒരു മുളകെടുത്ത് കടിച്ചു. ചിരട്ടയിൽ നിന്നൊരു നുള്ള് ഉപ്പെടുത്തുവായിലിട്ടു. കറുമുറാ ചവച്ച് വലിയൊരു ചോറുരുള വായിലേക്കിട്ടു. ഉള്ളെരിഞ്ഞുപോയി.

പാത്രത്തിലിട്ട ചോറ് വയസ്സൻ തന്നെയായിരുന്നു തിന്നുതീർത്തത്. ഹൗളിലെ വെള്ളമെടുത്തൊഴിച്ച് കൈയും വായും പാത്രങ്ങളും കഴുകിക്കേറുമ്പോൾ വയസ്സൻ ജനൽപ്പാളി തള്ളിത്തുറക്കുന്നു. കണ്ണും കാതും കൂർപ്പിച്ച് ഇരുൾ തുളയ്ക്കുന്നു. രഹസ്യ സങ്കേതങ്ങളിലൊളിച്ചു കേറുന്നു. അപൂർവ്വ സന്ദേശം വെളിപാടായി കിട്ടിയപോലെ. വട്ടക്കണ്ണുകളിൽ തിളക്കമായി. ക്രോന്തമ്പല്ല് വെളിക്ക് ചാടി. അയാളുടെതല്ലാത്തൊരു ശബ്ദമുണ്ടായി: "തന്നെ....തന്നെ.... റൂഹാങ്കിളി തന്നെ....കരച്ചില് കേട്ടോ.... മൂന്ന്....മൂന്ന് മൂന്നും...മൂന്നും...."

കുറുക്കന്റെ ഓരിയിടലല്ലാതെ മറ്റൊന്നും കേട്ടില്ല. ഉൾക്കാതിനുമൊരറിവില്ലാതായി. വാതിൽപ്പാളിയടച്ച് കുറ്റിയിട്ട് കെട്ടി വയസ്സൻ ചിരിച്ചു. "പിന്നെ....ഖബറി[1]ന്റെ പണീം....ഞമ്മക്കാ." ഒന്നും കേൾക്കാൻ നിൽക്കാതെ വിളക്കുമായ് വാതിൽപ്പടിയിറങ്ങിക്കൊണ്ടയാൾ പറഞ്ഞു: "ങ്ങള് കെടക്കീൻ...ഞമ്മക്കൊരു പണീ തീർക്കാനുണ്ട്."

വെളിച്ചം തുള്ളിത്തുള്ളി പള്ളിയുടെ പിന്നാപ്പുറം മറഞ്ഞു. മണ്ണെണ്ണ വിളക്കിന്റെ തിരിനാളം ഇളകി. മുറിയിലെ വെട്ടത്തിൽ തിട്ടപ്പെടുത്താനാവാത്ത രൂപം വന്നിറങ്ങി.

പറന്നിറങ്ങി ചിറകുകളൊതുക്കിക്കൊണ്ട് മലക്ക്[2] ചോദിച്ചു തുടങ്ങി: നിന്റെ റബ്ബേത്?[3] ഖബറടക്കത്തിന് വന്നുകൂടിയവരുടെ പ്രാർത്ഥന: "അല്ലാഹുവേ, ചോദ്യം ചെയ്യപ്പെടുന്ന വേള നീ ഏറെ സ്ഥൈര്യം നൽകേണമേ' നിന്റെ ദീനേത്?[4]" "അല്ലാഹുവേ, ചോദ്യങ്ങൾക്ക് ശരിയുത്തരം തോന്നിപ്പിക്കേണമേ." ഉത്തരമില്ലായ്മയ്ക്ക് മീതെ കനമേറെയുള്ള ഇരുമ്പ് ദണ്ഡ് വന്ന് വീഴുന്നു. "അല്ലാഹുവേ, പാർശ്വങ്ങളിൽ നിന്നും ഖബറിനെ വേണ്ടുവോളം അകറ്റി വിശാലമാക്കിക്കൊടുക്കേണമേ." അടിയേറ്റ് ശരീരം പഞ്ഞിത്തുണ്ടുകളായ് ചിതറുന്നു. "അല്ലാഹുവേ അകാവുന്നിടത്തോളം കാരുണ്യം ചൊരിയുകയും പൊറുത്തുകൊടുക്കുകയും ചെയ്യേണമേ." തുന്നം പാറിയ ശരീരം അടുത്ത ചോദ്യത്തിനു മുമ്പേ ഏച്ചുകൂട്ടുകയായി. "അല്ലാഹുവേ എല്ലാഭീതികളിൽ നിന്നും നീ മുക്തമാക്കിക്കൊടുക്കേ

---

1 ഖബർ = ശവക്കുഴി. ശവം മറവ് ചെയ്ത് ആളുകൾ ശവക്കുഴിക്കടുത്ത് നിന്ന് പോകുംമുമ്പെ മാലാഖമാരെത്തി മരിച്ചയാളിൽനിന്ന് ഉത്തരങ്ങൾ തേടുന്നു എന്ന് വിശ്വസിക്കപ്പെടുന്നു

2 മലക്ക് = മാലാഖ

3 റബ്ബ് = ദൈവം

4 ദീൻ = മതം

ണമേ" കിളച്ചിട്ട മണ്ണിൽ നില്ക്കുന്നവരുടെ കൈകൾ മയ്യത്തിന് മഞ്ചലായി. പടപ്പുകളിലൊരൊറ്റയും മരണത്തിന്റെ രുചിയറിയാതെ പോകുന്നില്ല. കുഴിയിലിറങ്ങി നില്ക്കുന്നവർ മയ്യത്തേറ്റു വാങ്ങി. ശ്രദ്ധയോടെ താഴ്ത്തുന്നു. കൂടിനിന്നവരുടെ ചുണ്ടുകൾ തുന്നിക്കെട്ടിക്കൊണ്ടൊരു ആർത്തനാദം പള്ളിപ്പറമ്പിൽ മുഴങ്ങി. "മൂടല്ലീൻ....മൂടല്ലീൻ" കണ്ണുകൾ പിടഞ്ഞു. കൂടി നില്ക്കുന്നവർക്കിടയിൽ വഴി തെളിഞ്ഞു. പാഞ്ഞുവന്ന ആൾ കിളച്ചിട്ട മണ്ണിൽ കിടന്ന് കുഴിയിലേക്ക് തല നീട്ടിക്കേഴുന്നു? "എനിക്കൊന്ന് കാണണം..." ആരുടെയോ അറുതി വാക്ക്: "തൊറന്ന് കൊടുക്കീൻ. അവസാനത്തെ കാഴ്ചയല്ലേ?" തലയ്ക്ക്മീതെയുള്ള കെട്ടഴിക്കപ്പെടുന്നു. കോടിവെള്ളയുടെ പാളികൾ നീക്കം ചെയ്യപ്പെടുകയും മയ്യത്തിന്റെ മുഖത്തുവച്ച പഞ്ഞിത്തുണ്ടുകളെടുത്തു മാറ്റപ്പെടുകയും ചെയ്യുന്നു. കൂടിനിന്നവരാർത്തുപോയി. ഓടിവന്നയാളിന്റെ മുഖം കുഴിയിലെ മയ്യിത്തിൽ തെളിയുന്നു.

കണ്ണുതുറന്നു. വിയർപ്പിൽ നനഞ്ഞൊട്ടിയിരിക്കുന്നു. തലയ്ക്കുവെച്ച മരക്കട്ടി സ്ഥാനം തെറ്റിക്കിടപ്പാണ്. അയാൾ മറ്റൊരു സ്വപ്നത്തിലെന്നപോലെ, പുറത്ത് നിന്നും ചെവി തുളയ്ക്കുന്ന കരകര ഒച്ച കേട്ടു. പിന്നാലെ ഗുളുഗുളുശബ്ദം. എണീറ്റു വിളക്കു തിരിനീട്ടി. പുറത്ത് പഴയ ശബ്ദത്തിന്റെ ആവർത്തനം. ജനൽപ്പാളി തുറന്നു നോക്കി. ദൂരെ ഒരു വെളിച്ചപ്പൊട്ട് തെളിഞ്ഞു. പള്ളിയുടെ പിന്നാപ്പുറം. നീണ്ടമരത്തടിക്കറ്റം കെട്ടിത്തൂക്കിയ വെള്ളംകോരി കിണറ്റിലേക്കിറക്കുന്നു. വയസ്സൻ വില്ലുപോലെ വളയവേ വെള്ളംകോരി മീതോട്ട്. മരത്തടിയിലൂടെ അറ്റം നീക്കി വെള്ളം ഹൗളിലേക്കുള്ള പാത്തിയിലേക്ക് ഒഴിക്കുന്നു. ഗുളുഗുളും...

ജനലടച്ച് വന്നു കിടന്നു. ഉറക്കം വരുന്നില്ല. രാത്രിയുടെ ദൈന്യത പൂണ്ട കരച്ചിൽപോലെ വയസ്സൻ ഹൗളിൽ വെള്ളം കോരിനിറയ്ക്കുന്ന ശബ്ദം കേട്ടുകൊണ്ടേയിരുന്നു.

കണ്ണു തുറന്നപ്പോൾ വയസ്സൻ മുന്നിൽ ഒടിഞ്ഞു നില്ക്കുന്നു. "കുട്ടീ.... എണീക്കിൻ, സൊബഹി[1] നിസ്കരിക്കണ്ടേ?"

പല്ലുതേച്ചു മുഖം കഴുകി. അന്നേരം നിശ്ശബ്ദത മുറിച്ച് ബാങ്കുവിളിയുയർന്നു. ഉറക്കത്തിൽ നിന്നുണരാനും, അല്ലാഹുവിന്റെ മുന്നിൽ മുട്ടുകുത്തുവാനുമുള്ള അറിയിപ്പ്. ബാങ്ക് വിളിക്കാൻ വയസ്സനെവിടുന്നീ കനത്ത ശബ്ദം കിട്ടുന്നു? വയസ്സൻ തന്നെയായിരുന്നു ഇമാം. മൂന്നാമതൊരാൾ നമസ്കാരത്തിനെത്തുമെന്ന പ്രതീക്ഷ പാഴായി.

നമസ്കാരം കഴിഞ്ഞ പാടെ വയസ്സനെ വീണ്ടു കാണാതായി.

മുറ്റത്ത് ശീമപ്ളാവിന്റെ ചോട്ടിൽ ആദ്യ വെളിച്ചം വീണു. അപ്പോൾ വയസ്സൻ കഞ്ഞിപ്രാക്കും കള്ളിമുണ്ടുമണിഞ്ഞ് കൈയിലൊരു മൺകോരിയുമായി മുറ്റത്തിറങ്ങി നില്ക്കുന്നു. വയസ്സൻ തലേക്കെട്ട് ശരിയാക്കിക്കൊണ്ട് പറഞ്ഞു: "കുട്ടീ....പിന്നെ....ഞമ്മളെ പണിയെന്തായാലും

1 സൊബഹി = പ്രഭാതം

തീർത്ത് വെക്കട്ടെ... തിരിഞ്ഞോ, ഖബറ് പണി. ങ്ങക്ക് കാണണ്ട ആള് എപ്പസ ബര്വാന്ന് പടച്ചോനേ അറിയൂ."

ഉണക്കയിലകളിൽ ചവിട്ടി പള്ളിമുറ്റത്ത് നിന്നു അരച്ചുമരിന് നടുവിലെ കട ചാടികടന്ന്, വയസ്സൻ പള്ളിപ്പറമ്പിലെ കാട്ടുപൊന്തയിൽ മറഞ്ഞു. കുറച്ചു കഴിഞ്ഞ്, അരിപ്പൂ ചെടിക്കുമീതെ മൺകോരി ഉയർന്നു താഴ്ന്നു. മണ്ണ് തുളയ്ക്കുന്ന ശബ്ദത്തിനിടയിൽ, കിളി കരഞ്ഞോ എന്ന സംശയം കൊത്തിമുറിച്ചു.

അത്ഭുതപരിണാമം

അന്നേരം സീതാമ്മ ഭർത്താവ് ദേവയ്യയ്ക്ക് മുമ്പിൽ ഹൃദയം തുറന്നുവയ്ക്കുന്നു. ചെമ്മണ്ണ് പാത ഉറക്കത്തിൽ നിന്നുണർന്നിട്ടുണ്ടാവില്ല. ഇരുൾ വിട്ടുപോവുകയോ തണുപ്പൊലിച്ചിറങ്ങുകയോ ചെയ്തിട്ടില്ല. പ്രഭാത നിശ്ശബ്ദതയിലും സീതാമ്മ പറയുന്നത് കേൾക്കാൻ കാത് കൂർപ്പിക്കണം. ദീർഘകാല സഹനത്താൽ സീതാമ്മ പതിഞ്ഞ ഒരൊച്ച യായി മാറിയിരിക്കുന്നു. മകൻ ലക്ഷ്മിപതിയുടെ പഠനത്തെക്കുറിച്ചോ, മഴയ്ക്ക് മുമ്പ് മേൽക്കൂര മേയേണ്ടതിനെക്കുറിച്ചോ സീതാമ്മ പറയുന്നു. ദൈന്യതയ്ക്കിടയിലും കൈവെടിയാത്ത പ്രതീക്ഷ, ഉറക്കച്ചടവിൽ വഴി യരികിലെ ഉണക്കമരങ്ങൾ പലവട്ടം കേട്ടിരിക്കുന്നു, ഒരു കറവപ്പശുവിനെ സ്വന്തമാക്കാനുള്ള ആഗ്രഹം. ദേവയ്യ പശുക്കളെ മേച്ച് നടന്ന പൂർവ്വപിതാ ക്കളുടെ നല്ലകാലം സ്മരിക്കും. പിന്നെ ചെറിയ മൂളലിലൂടെ ഒരാശ്വാസ വാക്കിലൂടെ വർത്തമാനകാലപാതയിലേക്ക് തെറിച്ച് വീഴുന്നു.

അപ്പോഴേക്ക് ആൽമരച്ചോട്ടിൽ നിർത്തിയിട്ട ബസിനടുത്തെത്തി ചോറ്റുപാത്രത്തിന്റെ സഞ്ചി ദേവയ്യയ്ക്ക് കൈമാറുമ്പോൾ സീതാമ്മ പറ ഞ്ഞത്, ലക്ഷ്മിപതി സ്കൂളിൽ നിന്ന് മൃഗശാല കാണാൻ പോകുന്ന കാര്യമായിരുന്നു. കേട്ടപാടെ ദേവയ്യ തലയുയർത്തി. ഇരുളിലും തിള ങ്ങുന്ന ഒരുനോട്ടം. പിന്നെ തല താഴ്ത്തി ബസിനകത്തേക്ക് കേറുകയും ഇടതുവശം നാലാമത്തെ സീറ്റിൽ ജനലോട് ചേർന്നിരിക്കയും ചെയ്തു. ദേവയ്യ ചില്ലുവാതിൽ നീക്കി താഴേക്ക് നോക്കി. ഇരുളൊട്ടി നില്ക്കുന്ന സീതാമ്മയുടെ കവിളിൽ ചുവന്ന വെളിച്ചം വീഴുന്നു. സീതാമ്മ കൂടു തൽ വിഷാദവതിയായി.

സീതാമ്മയേയോ ദേവയ്യയെയോ ബസിലിരിക്കുന്നവർ ശ്രദ്ധി ക്കുന്നില്ല. അതായിരിക്കുന്നു അവരുടേയും ശീലം. കൈവശമുണ്ടായി

രുന്ന ഭൂമി കൈമോശം വന്നവരാണവർ. അല്ലെങ്കിൽ പഴയ പണി ഇല്ലാതായവർ. നഗര ബന്ധമായി, ഗ്രാമീണതയുടെ നനവും വരണ്ടുപോയി. ഇപ്പോൾ, സൂര്യവെളിച്ചം വന്നെത്തും മുമ്പെ കുടിലിൽ നിന്നിറങ്ങി യാത്ര പുറപ്പെടുന്ന അവർക്കും എടുത്താൽ പൊന്താത്തത്ര ഭാരങ്ങളും വേവലാതികളുമുണ്ട്. പൊടിയുയർത്തി ഇരുൾ തുളച്ചുകേറുന്ന ബസിലേക്ക് ഓരോ ഉണങ്ങിയ ആൽമരച്ചോട്ടിൽ നിന്നും കേറുന്നവർ ഇങ്ങനെത്തന്നെ. രാവിലെ വെളിച്ചം വീഴുമ്പോൾ ആ മുഖങ്ങളിൽ വറ്റാത്ത സ്വപ്നത്തിന്റെ കുളിർമ കണ്ടെന്നിരിക്കും. രണ്ട്-രണ്ടരമണിക്കൂർ യാത്രകഴിഞ്ഞ് നഗരത്തിലവരെ ഇറക്കിവിടുമ്പോഴേക്ക് അതുണങ്ങിപ്പോയിരിക്കും. ജോലിയെടുക്കുന്നിടങ്ങളിലെത്താനുള്ള വെപ്രാളമാണ് പിന്നെ.

കണ്ടില്ലേ, ബസിൽ നിന്നിറങ്ങിയ ദേവയ്യ ചാവികൊടുത്ത് താഴെ വച്ച യന്ത്രംപോലെ ഓടുന്നു. ഇരുമ്പ് കച്ചവടത്തെരുവിലെ ട്രോളികൾക്കും പിക്കപ്പുകൾക്കും ഇടയിലൂടെ ഒരഭ്യാസമാണത്. നിരത്തുകൾ ചേരുന്നിടത്ത് പച്ചവെളിച്ചത്തിൽ തെളിയുന്ന അടയാളത്തിന് കാത്തു നില്ക്കുന്നില്ല. സ്കൂൾ കുട്ടികളുടെ സന്തോഷം കാണുന്നില്ല. പായുന്ന വാഹനങ്ങൾക്കിടയിലൂടെ നിരത്ത് മുറിച്ച് കടക്കുന്നു. നടപ്പാതയിലൂടെ നടത്തം. തിയേറ്ററിന് മുന്നിൽ സ്ഥാപിച്ച നൂറ് ദിവസപ്രദർശനം പിന്നിട്ട സിനിമയുടെ കൂറ്റൻ പരസ്യം ഒരു നോക്കുനോക്കി. അപ്പോഴും ഇഷ്ടതാരം ചെറുപ്പക്കാരിയായ നായികയെ പുണരാൻ കൈകൾ നീട്ടി ഓടിവരുന്നു. ദേവയ്യ നടത്തത്തിന് വേഗതകൂട്ടി.

ഉടുപ്പുകടയുടെ പടികേറുമ്പോൾ ദേവയ്യയെ സ്വാഗതം ചെയ്യുന്നത് മാനേജർ റാംകുമാറിന്റെ ശകാരം. പതിവാണത്. ദേവയ്യയ്ക്കും അത് കേൾക്കൽ ഒരു ശീലമായി മാറിയിരിക്കുന്നു. ദേവയ്യ കടയോട് ചേർന്ന ഇടനാഴിയിലൂടെ പിന്മുറിയിലേക്ക് നീങ്ങി. വേഷം മാറി. ഷോപ്പിലെത്തിയാലുള്ള ആദ്യത്തെ വേഷം മാറൽ. രണ്ടാമത്തേത് ഉച്ചയ്ക്ക് ശേഷം. കാക്കിയുടുപ്പിട്ട് ചുവന്ന പ്ലാസ്റ്റിക്ക് ബക്കറ്റിൽ ബ്രഷും തുണിയും ഫിനോയിൽ കുപ്പിയുമായി പിന്നിലെ വാതിലിലൂടെ ഉടുപ്പ് കടയിലേക്ക് കേറി. ഉടുപ്പുകളെടുത്തുവെച്ച് പരിശോധിക്കുന്ന മേശപ്പുറം ആദ്യം തുടച്ചു വൃത്തിയാക്കി. അളമാറകളുടെ ചില്ലുകൾ വെടിപ്പാക്കി. നിലം തൂത്തു. ഫിനോയിലൊഴിച്ച് നനച്ചു. തുടച്ചുണക്കി. കടയ്ക്ക് ചുറ്റുമുള്ള ചിത്രം വരച്ചുവെച്ച ചില്ലുകൾ സ്ഫടികസമാനമാക്കി. ചില്ലുചിത്രങ്ങൾ സന്തോഷത്തോടെ ദേവയ്യയെ നോക്കി. ചില്ലുപെട്ടികളിലെ സുന്ദരന്മാരുടേയും സുന്ദരികളുടേയും പുത്തനുടുപ്പുകൾ മാറ്റാൻ രേഖയെ സഹായിച്ചു. വരാനിരിക്കുന്നവർക്കായി പ്രതിമകൾ കാത്ത് നിന്നു. അപ്പോഴേക്ക് കടയിലെ പെൺകുട്ടികളും ചെറുപ്പക്കാരും ഉടുപ്പുവാങ്ങാനെത്തുന്നവരെ കാത്തു സ്ഥാനമുറപ്പിച്ചു. പുഞ്ചിരിയായി വിടർന്നു.

ദേവയ്യ പിൻമുറികൾ വൃത്തിയാക്കാൻ തുടങ്ങി. ഉടുപ്പുകടയോട് ചേർന്ന ഒരിടനാഴിയിൽ അഞ്ചു മുറികളുണ്ട്. വലിയൊരു തീൻമുറി. ആണുങ്ങൾക്കും പെണ്ണുങ്ങൾക്കും വെവ്വേറെ വിശ്രമമുറികൾ. കണക്കെഴുത്തു

കാർക്ക് മറ്റൊരു മുറി. പിന്നെ മൂത്രപ്പുരകളുള്ള ഒരിടം. ദേവയ്യ ശുചീകരണം തുടർന്നു. അതിനിടയിൽ ജോലിക്കാർ ചായകുടിക്കാനെത്തി, ആരോ റാംകുമാറിനെക്കുറിച്ചൊരു തമാശ പറഞ്ഞു. പൊട്ടിച്ചിരിയുയർന്നു. അവർ പത്തു മിനിറ്റിനുള്ളിൽ ഉടുപ്പുകടയിലേക്കു തന്നെ മടങ്ങി. ദേവയ്യ മൂത്രപ്പുരയിലേക്ക് കേറി. ഓരോ മുറിയിലും എമ്പാടും വെള്ളമൊഴിച്ച് വൃത്തികേടൊഴുക്കി. നല്ല മണം വരുത്തി.

ഉച്ചയാവുകയാണ്. ഊണിന് മുമ്പ് വഴിതെറ്റി വരുന്നവരോ, നേരത്തെ തീരുമാനിച്ചുറച്ച് വരുന്നവരോ മാത്രമാണ് ഉടുപ്പുവാങ്ങാൻ ഉണ്ടാവുക. ഉച്ചയ്ക്കുശേഷം ഇതല്ല സ്ഥിതി. നല്ല തിരക്കുണ്ടാവും. അതിനിടയിൽ പന്ത്രണ്ടരതൊട്ട് മൂന്ന് മണിവരെ ഒഴിവുനേരം. ചിലർ താമസിക്കുന്നിടത്തുപോയി ഭക്ഷണം കഴിച്ചു വരും. കൂടുതൽ പേരും പിൻമുറിയിൽ വന്നിരുന്ന് പൊതിഞ്ഞുകൊണ്ടുവന്ന പാത്രം തുറക്കും. തമാശ പറഞ്ഞും കുണുങ്ങിച്ചിരിച്ചും അവർ ഉച്ചഭക്ഷണം കഴിക്കുന്നു. ഒരു വശത്തായുള്ള കോൺക്രീറ്റ് തൂണോട് ചേർന്ന വാട്ടർകൂളറിൽ നിന്ന് തണുത്ത വെള്ളം എമ്പാടും കുടിക്കുന്നു. മറ്റുള്ളവർ ഭക്ഷണം കഴിച്ച് പോകുന്നതുവരെ ദേവയ്യയ്ക്ക് വിശ്രമം. നന്നേ ക്ഷീണിച്ചിരിക്കും. മൂത്രപ്പുരകളോട് ചേർന്ന മുറിയിൽ ഒരു മൂലയിൽ പ്ലാസ്റ്റിക് വിരിപ്പിട്ട് ദേവയ്യ നടുനിവർക്കുന്നു. ഒന്ന് മയങ്ങാനാവില്ല. കണ്ണ് ചിമ്മുമ്പോഴേക്ക് ആരെങ്കിലുമൊരാൾ മൂത്രപ്പുരയിലേക്ക് വരുന്നു. "ഉറങ്ങിയോ, ഏതു നേരവുമുറക്കം തന്നെയാണല്ലേ, ഉച്ചയ്ക്ക് ശേഷം അരങ്ങ് തകർക്കാനുള്ള ഒരുക്കമാണല്ലേ" എന്നോ മറ്റോ പറഞ്ഞ് അവർ കാലുകൊണ്ടൊന്ന് തട്ടി ദേവയ്യയെ ഉണർത്തുന്നു. ദേവയ്യയുടെ വിശ്രമം മുറിഞ്ഞുപോകുന്ന മയക്കമായി മാറുന്നു.

റാംകുമാർ കൃത്യം രണ്ട് അമ്പത്തഞ്ചിന് മുറിയിലിരുന്ന് വിരലമർത്തി. മണിയടി തീരുംമുമ്പെ സെക്യൂരിറ്റി രുദ്രപ്പ ഷട്ടർ ഉയർത്തി. ജോലിക്കാർ അതാതിടങ്ങളിലെത്തി. കാത്തുനിന്ന രണ്ടു കുടുംബങ്ങൾക്ക് വേണ്ടി രുദ്രപ്പ ചില്ലു വാതിൽ തുറന്നു.

ഇതെന്ത് കഥ? അതാ ഉടുപ്പു കടയ്ക്കു മുന്നിലൊരു ആൾക്കുരങ്ങ്. കറുത്ത രോമത്തിൽ പൊതിഞ്ഞ, മുട്ടുകാൽവരെ നീണ്ട കൈകളും ചോന്ന മുഖവുമുള്ള ഒരാൾക്കുരങ്ങ്. സെക്യൂരിറ്റി രുദ്രപ്പയതാ പേടിയഭിനയിച്ച് വാതിലൊട്ടുന്നു. നഗരത്തിലെ മൃഗശാലയിൽ നിന്ന് ചാടി വന്നതോ? കൈകൾ മേൽതൊടാതെ അകറ്റിവെച്ച് അല്പം കുമ്പിട്ട് വലിയ കാലടികളെടുത്തു വെച്ച് ആൾക്കുരങ്ങ് ഉടുപ്പുകടയുടെ മുന്നിലേക്കു വന്നു. അത്ഭുതം തന്നെ, ആൾക്കുരങ്ങതാ കറവീണ പല്ലുകൾ കാട്ടി രുദ്രപ്പയെ നോക്കി ചിരിക്കുന്നു. രുദ്രപ്പയ്ക്ക് ശ്വാസം വീണ്ടുകിട്ടി. വിളർത്ത് ഒരു മറുചിരി നൽകി. ഉടുപ്പുകടയുടെ താഴെ നടപ്പാതയിൽ ആളുകൾ വിസ്മയത്തോടെ ഇതൊക്കെ നോക്കി നില്പുണ്ടായിരുന്നു.

ആൾക്കുരങ്ങ് അവരെ നോക്കി ചിരിച്ചു. ആംഗ്യവിക്ഷേപത്തിലൂടെ വർത്തമാനം പറഞ്ഞുതുടങ്ങി. കഴുത്തിന് പിറകിൽ ഇടതുകൈ നീട്ടി രോമക്കാടുകളിൽ നഖം പൂഴ്ത്തി. ചൊറിഞ്ഞിടത്തു നിന്ന് എന്തോ നുള്ളി

യെടുത്ത് ഉള്ളംകയ്യിലിട്ട് തുറിച്ചു നോക്കി. വലിയ വാതുറന്ന് അകത്തേക്കിട്ട് ചവച്ചരച്ച് തിന്നു. അതുകണ്ടു നിന്ന ഒരാൾ അറിയാതെ മീതോട്ട് കേറി ചിരിച്ചുകൊണ്ട് ആൾക്കുരങ്ങിനോട് നമസ്കാരം പറഞ്ഞ് പ്രത്യഭിവാദനം കണ്ട് സന്തോഷിച്ച് ഉടുപ്പുകടയിലേക്ക് കേറി. മെല്ലെവന്ന ഒരു കാർ ഇടതുവിളക്ക് മിന്നിച്ച് ഉടുപ്പുകടയോട് ചേർന്ന വഴിയിലേക്ക് തിരിഞ്ഞു ഭൂഗർഭനിലയിലേക്കിറങ്ങി വരയിട്ടടയാളപ്പെടുത്തിയ ഒരിടം നിന്നു. കറുത്ത ചില്ലിട്ട വാതിൽ അനങ്ങി. സുന്ദരിയായ ഒരമ്മയും രണ്ടു കുട്ടികളും പടികേറി ഉടുപ്പുകടയിലേക്ക് കടന്നു. ആൺകുട്ടി ആൾക്കുരങ്ങനോട് ഗുഡ് ഈവ്നിങ് പറഞ്ഞു. ക്ഷേമാന്വേഷണങ്ങൾ നടത്തി. ആൾക്കുരങ്ങ് വിനയത്തോടെ പ്രതികരിച്ചു. അതുകണ്ട് കാഴ്ചക്കാരിൽ ചിലർ അത്ഭുതപ്പെട്ടു. അവരിൽ പലർക്കും ആ കടയിൽ നിന്ന് ഒരു കുഞ്ഞുടുപ്പുപോലും വാങ്ങാനാവില്ല. വിശേഷാവസരങ്ങളിൽ തന്നെ തെരുവ് കച്ചവടക്കാരോട് വിലപേശി ഉടുപ്പും അടിയുടുപ്പും വാങ്ങുന്നവരാണവർ. അവരോട് ആൾക്കുരങ്ങാവട്ടെ യാതൊരു പക്ഷഭേദവും കാണിക്കുന്നില്ല. സന്ദേശം കൈമാറി അവരേയും ആൾക്കുരങ്ങ് രസിപ്പിക്കുന്നു. പൂന്തോട്ടനഗരിയിൽ സന്ദർശകരായെത്തുന്നവരിലും ജോലിയാവശ്യാർത്ഥം വരുന്നവരിലും പെട്ട ചിലരെ എളുപ്പം ആൾക്കുരങ്ങ് ആകർഷിക്കുന്നു. യാത്രകഴിഞ്ഞ് ചെല്ലുമ്പോൾ പ്രിയപ്പെട്ടവർക്ക് നല്ലൊരുപഹാരം കൊടുക്കണമെന്ന ആഗ്രഹം അവരിലുണ്ട്. അവർ ഉടുപ്പുകടയ്ക്കകത്ത് കേറിക്കഴിഞ്ഞാൽ പിന്നെ, ചുറുചുറുക്കുള്ള പെൺകുട്ടികളേറ്റു. വന്നവരുടെ ആഗ്രഹം സഫലമാവുകയും അടുത്ത സന്ദർശനത്തിൽ മറ്റൊരിടം തേടാതെ പോവുകയും ചെയ്യുന്നു.

അപൂർവ്വ സിദ്ധിയുള്ള ആൾക്കുരങ്ങിനെ എവിടുന്ന് കിട്ടിയെന്ന് ആരും സംശയപ്പെടും. ഇത് മൃഗംതന്നെയോ എന്ന് വിചാരവുമുണ്ടാകും. മനുഷ്യൻ മൃഗസ്വഭാവം കാണിക്കുമ്പോൾ നെറ്റി ചുളിക്കുന്ന നിങ്ങൾ, ഒരു മൃഗം, അതുമൊരു ആൾക്കുരങ്ങ്, മനുഷ്യനെപ്പോലെ പെരുമാറുമ്പോൾ കണ്ണ് മിഴിച്ച് നോക്കിപ്പോവുന്നു. ധൃതിപിടിച്ച് വാണം വിട്ടപോലെ പാഞ്ഞ് പോകുന്നവർപോലും ആൾക്കുരങ്ങിനെ കണ്ട് അന്തംവിട്ട് നില്ക്കുന്നു.

ശനിയാഴ്ച നഗരത്തിലെ തിരക്ക് ഉടുപ്പുകടയിലേക്കും വ്യാപിക്കും. അപ്പോൾ മാനേജർ റാംകുമാറിന് ഹരം മൂക്കുന്നു. വെളുത്ത പാൻസും മുഴുക്കയ്യൻ കുപ്പായവും മിന്നുന്ന കറുത്ത ഷൂസുമിട്ട റാംകുമാർ രണ്ടടിയോളം നീളമുള്ള ഉരുണ്ട കറുത്ത വടിയുമായി ആൾക്കുരങ്ങിനടുത്തേക്ക് വരുന്നു. വിരലുകൾക്കിടയിൽ വടി കറുത്ത ഒരു പാമ്പായി പുളയുന്നു. ഇടയ്ക്കത് പിടഞ്ഞ് തലയൊന്നുയർത്തും. കല്പന, തലകുലുക്കി ആൾക്കുരങ്ങ് അനുസരണം കാണിക്കുന്നു. വടി തരംഗചലനം നടത്തുമ്പോൾ ആൾക്കുരങ്ങ് താളത്തിൽ ചുവടുകളെടുത്തുവെച്ചു. കൈകൾ ചലിപ്പിച്ചു. റാംകുമാർ പരിചയസമ്പന്നനായ ഒരു മൃഗശിക്ഷകനായി. കാണികൾക്ക് മുന്നിൽ ജേതാവായി. അപ്പോൾ ഇതെല്ലാം വെറും

നിസ്സാരം എന്ന ഭാവേന റാംകുമാർ ആൾക്കുരങ്ങിന്റെ തോളിൽ വടി കൊണ്ടൊന്നടിച്ച്, ചിരിച്ചുകൊണ്ട് ഉടുപ്പുകടയിലേക്ക് തിരിയുന്നു. രുദ്രപ്പയുടെ കൈകളറിയാതെ വാതിൽ തുറന്നു പോയി. ഉടുപ്പുകടയിൽ ഇതൊക്കെ കണ്ടു നിന്നവർക്കിടയിലൂടെ നെഞ്ച് വിടർത്തി റാംകുമാർ തന്റെ മുറിയിലേക്ക് കേറി, കറങ്ങുന്ന കസേരയിലമർന്നു.

ഉടുപ്പുകടയ്ക്കകത്ത് കണ്ടുനിന്ന ഒരാൺകുട്ടി പതിയെ പുറത്തേക്ക് വന്നു. ഇഷ്ടത്തോടെ ആൾക്കുരങ്ങിനെ നോക്കി. പിന്നെകീശയിൽ നിന്നൊരു മിഠായിയെടുത്ത് നീട്ടി. ആൾക്കുരങ്ങത് നന്ദിയോടെ തിരസ്കരിച്ചു. കുട്ടിയോടുതന്നെ തിന്നാനാംഗ്യം കാണിച്ചു. കുട്ടിയുടെ വെളുത്ത മുഖം ചുവന്ന് തുടുത്തു. സ്നേഹത്തോടെ കുട്ടി ആൾക്കുരങ്ങിന്റെ കൈപിടിച്ചു കുലുക്കി. താഴെ പലരും വീർപ്പടക്കി നില്ക്കുന്നു. ചിലർ വേഷം ധരിച്ച മനുഷ്യനാണ് ആൾക്കുരങ്ങെന്ന് ഉറപ്പിച്ചു പറഞ്ഞു. അപ്പോൾ ആൺകുട്ടി അഭിമാനത്തോടെ കടയിലേക്ക് കേറി ഉടുപ്പുകൂമ്പാരത്തിനു മുന്നിൽ എല്ലാം മറന്ന് നില്ക്കുന്ന അമ്മയെ തൊട്ടുണർത്തി എന്തോ സ്വകാര്യം പറഞ്ഞു. അമ്മ കുട്ടിയെ ശാസിച്ചു. അപ്പോൾ കുട്ടിയുടെ ചുവന്ന മുഖത്തിനു നേരെ കടും ചുവന്ന ഒരു കുപ്പായം രമ്യ ഉയർത്തിക്കാണിച്ചു. അമ്മയ്ക്കും മകനും അതിഷ്ടമായി.

താഴെയെന്താണൊരു ബഹളം. ഓ, നടപ്പാതയിൽ ഇപ്പോൾ വന്നെത്തിയത് കുസൃതികളായ കോളേജ് കുട്ടികൾ. ഒച്ചവയ്ക്കുകയും ആംഗ്യഭാഷയിൽ ആൾക്കുരങ്ങിനോട് സന്ദേശം കൈമാറുകയും ചെയ്യുന്നു അവർ. നിങ്ങൾ മനുഷ്യർക്ക് ആ സന്ദേശത്തിലെ അശ്ലീലം മനസ്സിലാവും. പാവം ആൾക്കുരങ്ങതുകണ്ട് പരുങ്ങുന്നു. കോളേജ് കുട്ടികൾ കുപ്പായക്കോളറുയർത്തി ചിരിച്ചു തുള്ളുന്നു.

ആൾക്കുരങ്ങ് നന്നേ ക്ഷീണിച്ചിരുന്നു. രുദ്രപ്പയോടെന്തോ ആംഗ്യം കാണിച്ച് ആൾക്കുരങ്ങ് പിൻമുറിയിലേക്ക് നടന്നു. തീൻമുറിയിലേക്ക് കേറി, വാട്ടർ കൂളറിനടുത്തെത്തും മുമ്പെ, പെട്ടെന്ന് ആൾക്കുരങ്ങ് നിന്നു പോയി. അപ്പോൾ അരപ്പാവാട ശരിയാക്കി അരണ്ട മുഖത്തോടെ സെയിൽസ് ഗേൾ രമ്യ പെണ്ണുങ്ങളുടെ മുറിയിലേക്ക് പാഞ്ഞു. തൂണിന്റെ മറവിൽ നിന്ന് അരപ്പട്ട ശരിയാക്കി റാംകുമാർ മുന്നോട്ട് വന്നു. അയാളിന്റെ കറുത്ത മുഖം ആൾക്കുരങ്ങിന് നേരെ. പെട്ടെന്നു കാല് മടക്കി അയാൾ ആൾക്കുരങ്ങിന്റെ അടിവയറിന് ചവിട്ടി. വല്ലാത്തൊരു നിലവിളിയോടെ ആൾക്കുരങ്ങ് തൊട്ടപ്പുറമുള്ള ഇരുമ്പുകസേരയിലേക്കും, കസേരയ്ക്കൊപ്പം നിലത്തേക്കും മറിഞ്ഞു. ആൾക്കുരങ്ങിന്റെ ഞരക്കത്തിനു മീതെ റാംകുമാറിന്റെ ഷൂ ഉയർന്നു. ടവ്വലെടുത്ത് മുഖം തുടച്ച് കൈകൾ കീശയിൽ തിരുകി ഒന്നും സംഭവിക്കാത്ത മട്ടിൽ ഉടപ്പുകടയിലേക്കും പിന്നെ സ്വന്തം മുറിയിലേക്കും അയാൾ നീങ്ങി. രമ്യ അപ്പോൾ വന്നെത്തിയ ഒരു കുടുംബത്തിന് മുന്നിൽ പെട്ടിതുറന്ന് പുത്തനുടുപ്പുയുർത്തി വശ്യമായൊരു ചിരിയായി പരിണമിച്ചു കഴിഞ്ഞിരുന്നു.

ആൾക്കുരങ്ങ് കൈകുത്തിയെണീറ്റു, കസേരയിലിരുന്നുപോയി.

അധികനേരമങ്ങനെ ഇരുന്നില്ല. ആൾക്കുരങ്ങെണീറ്റു. ഉടുപ്പുകടയ്ക്ക് മുന്നിലെത്തി.

ഇപ്പോൾ നട്ടെല്ല് വളഞ്ഞ നില്പ് ആർക്കും നന്നെ രസിക്കും. അതാ, നീല ട്രൗസറും വെള്ളക്കുപ്പായവുമിട്ട സ്കൂൾ കുട്ടികൾ ആൾക്കുരങ്ങിന്റെ കളികണ്ട് തുള്ളിച്ചാടുന്നു. അദ്ധ്യാപകർ നല്കുന്ന വിലക്കുകൾ മറന്ന് കുട്ടികളുടെ വരി ചിതറിപ്പോയി. മൃഗശാല കണ്ടു വരുന്ന കുട്ടികൾക്ക് കൂടിന് പുറത്തെ ആൾക്കുരങ്ങ് വിസ്മയകരമായ ഒരനുഭവമായി. കുട്ടികളിൽ ലക്ഷ്മിപതി, ദേവയ്യയുടെ മകൻ തന്നെ 'തന്തക്കുരങ്ങേ ചാവാളിക്കുരങ്ങേ' എന്നൊക്കെ വിളിച്ചു പരിഹസിക്കുന്നു. തോളുയർത്തി തല താഴ്ത്തി കൈകളിളക്കി സ്ഥാനം തെറ്റിച്ച് കാലെടുത്തുവെച്ചു ആൾക്കുരങ്ങിനെ അനുകരിക്കുന്നു. ഇളിച്ച് കാട്ടി 'കിഴവൻ കുരങ്ങേ ചാവാനായില്ലേ?' എന്ന് ചോദിച്ചു പൊട്ടിച്ചിരിച്ചു. കൂടെയുള്ള കുട്ടികളും അദ്ധ്യാപകരും ചിരിയേറ്റു വാങ്ങി.

ആൾക്കുരങ്ങ് ഇതുകണ്ട് അനക്കമറ്റ് നില്പാണ്. എന്തുപറ്റി? റാംകുമാറുമത് കണ്ടിരിക്കണം, കറുത്ത വടിയുമായി അയാൾ പുറത്തേക്ക വന്നു. വടിയിളക്കുന്നതിനനുസരിച്ച് ആദ്യമൊന്നും ആൾക്കുരങ്ങിനനങ്ങാനായില്ല. റാംകുമാറിനത് അപമാനമായി. കണ്ണുരുട്ടി എതിരില്ലാ കല്പനയായി അയാൾ. നന്നേ വിഷമിച്ച് ആൾക്കുരങ്ങ് അനങ്ങിത്തുടങ്ങി. റാംകുമാറിന് തൃപ്തിയായില്ല. ക്രുദ്ധമുഖം കത്തിയാളി. ദേഷ്യത്തോടെ അയാൾ ആൾക്കുരങ്ങിന്റെ വാരിയെല്ലിന് വടികൊണ്ട് കുത്തി. വേർതിരിച്ചറിയാനാവാത്ത ഒരൊച്ച ആൾക്കുരങ്ങിൽ നിന്നുണ്ടായി. മറിഞ്ഞുവീണ ആൾക്കുരങ്ങ് എങ്ങനെയോ എഴുന്നേറ്റ് നിന്ന് റാംകുമാറിനെ നോക്കി. തീർച്ച, ആൾക്കുരങ്ങിന്റെ നില്പും നോട്ടവുമല്ലിത്. റാംകുമാർ ചിരിച്ചുകൊണ്ട് അകത്തേക്ക് കേറുകയായിരുന്നു. പെട്ടെന്ന് ആൾക്കുരങ്ങ് മുന്നോട്ട് ചാടി റാംകുമാറിന്റെ കഴുത്തിന് പിടിച്ചു പിന്നെ മുട്ടുകാലുകൊണ്ട് കീഴ്വയറിന് ആഞ്ഞൊന്ന് കൊടുത്തു. റാംകുമാർ വീണത് ചില്ലിനുമീതെ. പൊട്ടിയ ചില്ലുചീളുകൾ മാറ്റിയെണീക്കുമ്പോൾ, തോളെല്ലിന് നേരെ വെള്ളക്കുപ്പായത്തിൽ ചെമന്ന പാട്. ചില്ലുമ്പുറത്ത് വരഞ്ഞ് വർണ്ണം കൊടുത്ത കുട്ടിയുടെ ചിത്രം വെട്ടേറ്റ് മുറിഞ്ഞു. കുട്ടിയുടെ പുഞ്ചിരി പരിഹാസമായി. എന്തുണ്ടായെന്നറിയാതെ അന്ധാളിച്ച ചിലർ നിലവിളിച്ചു. രുദ്രപ്പയും സെയിൽസ് വിഭാഗത്തിലെ നാല് ചെറുപ്പക്കാരും പാഞ്ഞു വന്ന് ആൾക്കുരുങ്ങിനെ പിടിച്ചു. അവരിലൊരാൾ റാംകുമാറിനെ സഹായിക്കാനൊരുമ്പെട്ടു. കൈകൊണ്ടത് തട്ടിമാറ്റി റാംകുമാർ മുന്നോട്ട് വന്ന് ആൾക്കുരങ്ങിന്റെ മുഖത്ത് പലവട്ടം ആഞ്ഞടിച്ചു. രുദ്രപ്പയോടും ധനകറിനോടും റാംകുമാർ എന്തോ കല്പിച്ചു. അവർ ആൾക്കുരങ്ങിനെ പിടിച്ച് പിൻമുറിയിലേക്ക് നീങ്ങി. നെഞ്ചത്ത് പരക്കുന്ന ചോരപ്പാട് വകവെയ്ക്കാതെ റാംകുമാർ ഉറച്ച കാൽവെപ്പോടെ പിൻമുറിയിലേക്ക് കേറി.

പിൻമുറിയിലെന്ത് നടന്നുവെന്നോർത്ത് നിങ്ങളാരും വ്യാകുലപ്പെടേണ്ട. അതാ താഴെ നടപ്പാതയിലേക്കുതന്നെ നോക്കിയാട്ടെ. അപൂർവ്വമായ

കാഴ്ചകണ്ടെത്രപേരായിരുന്നവിടെ. കുട്ടികളോടൊപ്പമുള്ള അദ്ധ്യാപകർക്കിപ്പോൾ പരിസരബോധം വന്നിരിക്കുന്നു. ശകാരത്താൽ അവർ കുട്ടികളെ ഒരൊറ്റ വരിയാക്കി അവിടന്നുടനെ നീക്കി. കുട്ടികൾക്കതിഷ്ടമാവുമോ? നിരാശനായി ലക്ഷ്മിപതി തിരിഞ്ഞുനോക്കി, അവർക്കൊപ്പം നീങ്ങി.

പെട്ടെന്നാണ് പിൻമുറിയുടെ വാതിൽ ഒച്ചയോടെ തുറക്കപ്പെട്ടത്. ആൾക്കുരങ്ങ് പുറത്തേക്ക് ചാടി. ജീവനും കൊണ്ടതു പാഞ്ഞിറങ്ങി. ആയൊരോട്ടം കണ്ടാൽ നിങ്ങൾ തീരുമാനിക്കും. ആൾക്കുരങ്ങല്ലിത് മനുഷ്യൻ തന്നെ. കാഴ്ചക്കാരെ തള്ളിമാറ്റി ആൾക്കുരങ്ങ് നിരത്തിലേക്കിറങ്ങി. എന്താണ് കാര്യമെന്നറിയാത്ത കാഴ്ചക്കാർ അമ്പരപ്പിൽ അങ്ങോട്ടുമിങ്ങോട്ടും ചിതറി. ആൾക്കുരങ്ങ് വാഹനങ്ങളുടെ മുറിയാപ്രവാഹത്തിൽ കൂപ്പുകുത്തി. ചീറിവരുന്ന ബസുകളോ വെട്ടിച്ച് പായുന്ന ഇരുചക്രവാഹനങ്ങളോ വകവെയ്ക്കാതെ ഒന്നും ശ്രദ്ധിക്കാതെ ആൾക്കുരങ്ങ് നിരത്തിലൂടെ പാഞ്ഞു. ആളുകൾ പലരും രക്ഷാമാർഗ്ഗം തേടി. ചിലർ എന്തു സംഭവിക്കുമെന്നറിയാൻ. ആൾക്കുരങ്ങിനെനോക്കി നടപ്പാതയിലൂടെ പാഞ്ഞു. വാഹനങ്ങിളിലിരിക്കുന്നവർക്കും ആൾക്കുരങ്ങ് അത്ഭുതവും ഭയവുമായി. വാഹനങ്ങൾക്കിടയിൽ പതിവില്ലാതെ ഒരു മൃഗത്തെ കണ്ട് ട്രാഫിക് പൊലീസുകാരൻ വിസിൽ വിളിച്ചുപോയി. ഇതിലൊന്നും താല്പര്യമില്ലാത്തവർ സ്വന്തം വിഷമവൃത്തങ്ങളിലേക്കുൾവലിഞ്ഞു. മതി, ഇത്രയൊക്കെ അറിഞ്ഞാൽ മതി. മനുഷ്യനായാലും മനുഷ്യക്കുരങ്ങായാലും പുറം കാഴ്ച കണ്ട് രസിക്കുന്നവരാണ് നിങ്ങൾ. കൂടെക്കഴിയുന്നവരുടെപോലും ഉള്ളറിയാത്ത നിങ്ങൾക്ക് ഭാഷയോ സദാചാരമോ ഇല്ലാത്ത മൃഗത്തിന്റെ വ്യഥയറിയാനാവുമോ? ഒരു മൃഗത്തിന്റെ തൊലിപ്പുറത്തെ വേദനയറിയാത്ത മനുഷ്യർക്ക് അതിന് ഉൾവേദനയുണ്ട് എന്ന് സമ്മതിക്കുമോ?

ഇതൊക്കെയറിയുന്ന നിങ്ങളാരെന്ന് ചോദിച്ചേക്കും. ഞാനീ ആൾക്കുരങ്ങിന്റെ വേഷം ധരിച്ച മനുഷ്യനെ പിന്തുടരാൻ തുടങ്ങിയിട്ട് കുറച്ച് നാളായി. സഹായമരുളാനോ സഹതാപം ചൊരിയാനോ അല്ല. സ്വകാര്യത പരസ്യപ്പെടുത്താനും എനിക്കുദ്ദേശ്യമില്ല. ഈയൊരനുധാവനം എന്റെ കർമ്മം. ഇപ്പോൾ നിങ്ങൾ കാണുന്ന രോമം കൊണ്ട് മൂടിയ തലച്ചോറിലെ നേർത്ത കമ്പി വലിഞ്ഞുമുറുകി പൊട്ടിപ്പോയിരിക്കുന്നു.

ഇനി എന്റെ ഊഴം.

ആ വരുന്ന, കറുത്ത കാറിന്റെ ചക്രങ്ങളിലേക്ക് ഞാൻ കൂടുമാറുന്നു. ഏത് തിരക്കിലും നുഴഞ്ഞ് കേറാൻ കറുത്ത കാർ വെമ്പുന്നു. മുന്നിലുള്ള ബസിനും ജീപ്പിനുമിടയിൽ വഴിയുണ്ടാക്കി അത് തുളച്ച് കേറുന്നു. പെട്ടെന്ന് നിർത്തിയ വാനിന് പിറകെ സഡൺബ്രേയ്ക്കിട്ടുനിന്ന്, വലത് വശത്തേക്ക് വെട്ടിച്ച്, മുന്നോട്ടു കുതിക്കുന്നു.

കരിപുരണ്ട ആകാശത്തിന് ചോട്ടിൽ ഈ ലോകത്തിൽ നിന്നെടുത്തെറിയപ്പെട്ട ആൾക്കുരങ്ങിനുള്ളിലെ മനുഷ്യനെമാത്രം ഞാൻ കാ

ണുന്നു. വാഹനങ്ങളോ മനുഷ്യരോ ആർത്തിരമ്പലോ മിന്നുന്ന സൂചനാ വിളക്കുകളോ കാണാതെ ആൾക്കുരങ്ങ് രാജപാതയിലൂടെ പായുന്നത് നിങ്ങൾ കാണുന്നു. എന്റെ തൊട്ട് മുന്നിൽ, തുള്ളുന്ന രോമങ്ങളുള്ള കാല്വണ്ണകൾ.

കറുത്ത കാറിന്റെ ചക്രമൊന്ന് പുളയട്ടെ. പോരാ, ഒരല്പം വേഗതയിൽ. വലത്തോട്ട് മതി. മതി. ഇതെന്റെ കർമ്മം. യമധർമ്മം.

ആൾക്കുരങ്ങ് തെറിച്ച് തലയടിച്ച് വീണു. നിലത്ത് ചക്രങ്ങളുരസി ചെവി തുളയ്ക്കുന്ന ശബ്ദത്തോടെ കറുത്ത കാറും, പിന്നിൽ ഒരായിരം വാഹനങ്ങളും നിശ്ചലങ്ങളായി. ആർത്തനാദമാരും കേട്ടില്ല. കാഴ്ചക്കാരും അനക്കമറ്റുപോയി.

കറുത്തനിരത്തിൽ, ആൾക്കുരങ്ങ്, ഒരു വെറും മൃഗം കിടന്ന് പിടയുന്നതും പിന്നെ കൈകാലുകളനക്കമറ്റ് നിലം പറ്റിയതും കഴുത്തിലെ കറുത്തരോമങ്ങളൊട്ടിച്ച് ചോരയൊലിച്ചിറങ്ങി നിരത്തിൽ ചുവന്ന സർപ്പങ്ങളായി ഇഴയുന്നതും അത് തടിച്ച് പെരുകുന്നതും നിങ്ങൾ കാണുന്നു. മനുഷ്യന്റേതായാലും മൃഗത്തിന്റേതായാലും ചോരയുടെ നിറമല്ലാതെ, രുചി നിങ്ങളറിയുന്നോ?

പിതൃഭൂമി

ചിരപുരാതനകാലം മുതൽക്കേ എന്റെ ബാപ്പ പള്ളിപ്പറമ്പിലെ കുന്നിനു മുകളിൽ ഉണ്ടായിരുന്നിരിക്കണം എന്ന് നൗഷാദ് പറയാറുണ്ടായിരുന്നു. ബാപ്പയെ കണ്ടാൽ അങ്ങനെയേ തോന്നൂ. ഒത്ത ഉയരം, ഉറച്ച ശരീരം. ആരോ കോറിയിട്ട ചുളിവുകൾ ബാധിക്കാത്ത ആർജ്ജവം. മീശയില്ലാതെയുള്ള വെളുവെളുത്ത നീണ്ടതാടിയും തുളുമ്പുന്ന മാംസപേശികളും ബാപ്പയെ ചരിത്രാതീത കാലത്തിന്റെ അടയാളമാക്കുന്നു.

ഏഴാം വയസ്സിൽ മനസ്സിൽ പതിഞ്ഞ ബാപ്പ ഇതു തന്നെ. സ്കൂൾ വിട്ടുവരുമ്പോൾ പുസ്തകക്കെട്ട് ഏറ്റുവാങ്ങി ആയിസാത്ത ബാപ്പയെ കൂട്ടി വരാൻ പറഞ്ഞയച്ചതായിരുന്നു. പള്ളിപ്പറമ്പിലെ കുന്നുമ്പുറത്തായിരുന്നു ബാപ്പ.

കുന്നുമ്പുറത്തതുവരെ പോയിട്ടില്ല. പള്ളിയിലെ മാളികപ്പുറത്ത് ഓതാൻ പോവുമ്പോൾ ജനലഴികൾക്കിടയിലൂടെ അറിയാതെ നോക്കിപ്പോവുന്നു. രണ്ട് മൂന്ന് പറങ്കിമാവുകൾ കാഴ്ച മറയ്ക്കും. മൂത്രപ്പുരയോട് ചേർന്ന കറുത്ത പടവുകൾ കേറിയാൽ കുന്നുമ്പുറത്തെത്താം. ഇന്ന് മഹല്ലിലെ ഓരോ മരണങ്ങളും ശ്മശാനത്തിലേക്കുയർത്തുന്നു. ജീവിക്കുന്നവർക്ക് പരലോകത്തെക്കുറിച്ചൊരു ഓർമ്മയേകാൻ ഖബറിടം.

അന്ന് സത്യമായും എന്നെ ഏതോ മലക്കുകൾ തോളിലേറ്റി മീതെയെത്തിച്ചതാണ്. സ്വർഗ്ഗനരകങ്ങൾക്കിടയിൽ ഒരു മുനമ്പിൽ എടുത്തിട്ട പോലെ. കൈകാലുകൾ ചുഴറ്റിയും വാ പിളർത്തിയും നരകക്കാറ്റ് വന്ന് പൊതിഞ്ഞിരുന്നു. നരകക്കുണ്ടിൽ വീഴേണ്ടതായിരുന്നു. പടച്ചവന്റെ കൃപ. മരക്കൊമ്പിലൊരു പിടികിട്ടി. ബാപ്പയെവിടെ? കാണുന്നില്ല. ബാപ്പാ.... വിളിയുയരുന്നില്ല. കാട്ടുപൊന്തയാണ് ചുറ്റും. ഇടയ്ക്കിടെ ഇളകിയും ചരിഞ്ഞും തെറിച്ചു കിടന്നും മീസാൻ കല്ലുകൾ, ഇന്നെനിക്കറിയാം. ജീവി

തമവസാനിച്ചിട്ടും ബാക്കിയാവുന്ന നെടുവീർപ്പ് മുളപൊട്ടുന്നതാണീ സ്മാരകശിലകൾ. ഓർമ്മ മായുമ്പോൾ നെടുവീർപ്പും പൊരിഞ്ഞിളകിപ്പോവുന്നു. അപ്പോൾ സൂറെന്ന കാഹളമൂതുന്ന അന്ത്യവിധിയുടെ നാൾ കാത്തുകഴിയുന്ന ആത്മാക്കളിലൊന്നാവുകയായി. ആത്മാക്കളെ വേദനിപ്പിക്കാതെ ഖബറിടത്തിൽ ചവിട്ടാതെ നടക്കണം. അതിന് ബാപ്പയെവിടെ? ബാപ്പാ.... മൺവെട്ടിയുടെ ശബ്ദം. ഒരു മുൾമരവും അതിനടുത്ത് കുഴികുത്തുന്ന ബാപ്പയും വന്നിറങ്ങി. സർവ്വശക്തന്റെ കറാമത്ത്. ബാപ്പാ.... വെളുത്ത താടിരോമങ്ങൾ കൈനീട്ടുന്നു. ഞാനോടിച്ചെന്നു ബാപ്പയെ കെട്ടിപ്പിടിച്ചു. എന്താണ് ബാപ്പയോട് പറഞ്ഞതെന്നറിയില്ല. കൈക്കോട്ട് കുഴിയിലേക്ക് വീണു. ബാപ്പയെന്നെ കോരിയെടുത്തു. കണ്ണ് ചിമ്മിത്തുറക്കുമ്പോഴേക്ക് ബാപ്പയും ഞാനും പള്ളിമുറ്റത്തെത്തിക്കഴിഞ്ഞിരുന്നു. ഏതോ നല്ല മലക്കുകൾ തന്നെയാവണം ഞങ്ങളെ വീട്ടുമുറ്റത്തെത്തിച്ചതും.

കോലായയിൽ കൂടുതലാളുകളുണ്ടായിരുന്നു. അത്യാപത്തിന്റെ മണം. നൂഴ്ന്നുകേറി നടുവകത്തെത്തി. ഉമ്മ കിടപ്പിലായിരുന്നു. ഞങ്ങളെ കണ്ട ആയിസാത്തയുടെ കൈ വിറച്ചു. ഒരു തുണിക്കണ്ടം താഴെ വീണു. ഞാൻ പിടഞ്ഞുപോയി. ചുവന്നതുണി കാലിൽ തട്ടിയോ. ആയിസാത്തയുടെ വിരലുകൾക്കിടയിൽ ചോര. നനവ്.

പിറ്റേന്ന് ബാപ്പയുടെ കൈപിടിച്ച് ഞാൻ കുന്നുമ്പുറത്തെത്തി. മുന്നിലും പിന്നിലും എമ്പാടും ആളുകളുണ്ടായിരുന്നു. നൗഷാദ് എന്റടുത്തുതന്നെയുണ്ടായിരുന്നു. നൗഷാദ് മൂത്താപ്പയുടെ മകനും എന്റെ ഏറ്റവുമടുത്ത ചങ്ങാതിയുമായിരുന്നു.

മുൾമരത്തിനടുത്ത് ബാപ്പ കുഴിച്ച ഖബർ മൂടിക്കഴിഞ്ഞിരുന്നു. മീസാൻകല്ല്നാട്ടി മരക്കൊമ്പ് കുത്തിക്കഴിഞ്ഞിരുന്നു. വിങ്ങിക്കരഞ്ഞ മുഖംപോലെ ഇലകൾ വാടിക്കിടക്കുന്നു. തൊട്ടപ്പുറം കുഴിച്ച ഖബറിലേക്ക് ഉമ്മയുടെ മയ്യത്തിറക്കുന്നു.

ഖബറൊരുക്കുക, മയ്യത്തിറക്കി കല്ലിട്ടു പാകി മണ്ണിട്ടു മൂടുക എന്നത് ബാപ്പയുടെ അവകാശമായിരുന്നു. മരിച്ചവർക്ക് ഒരിടത്താവളം നല്കി മീസാൻകല്ല് നാട്ടിയുറപ്പിക്കുന്നതും ബാപ്പതന്നെ. ഉമ്മയുടെ മയ്യിത്തിറക്കി അതെല്ലാം ചെയ്തത് ബാപ്പയുടെ സഹായി കുഞ്ഞലവിയായിരുന്നു. ബാപ്പയിൽ നിന്ന് അറിവുകളോരോന്നായി ഏറ്റുവാങ്ങവേ കുഞ്ഞലവി കെട്ടും മാറാപ്പുമായി നാടുവിട്ടു. മൈസൂരിലെവിടെയോ സ്വർണ്ണം കുഴിച്ചെടുക്കുന്ന ഖനിയിൽ കുഞ്ഞലവി പണിക്കാരനായി കൂടുന്നവെന്നത് അറിഞ്ഞപ്പോൾ ബാപ്പ പറഞ്ഞത്, ഖബർ കിളച്ചു കിട്ടുന്ന പൊന്നിൽ കലർപ്പുണ്ടാവില്ലൊരിക്കലും എന്നാണ്. ബാപ്പയും ഞാനും വീട്ടിൽ തനിച്ചായ്ക്കഴിഞ്ഞിരുന്നു. വെച്ചു വിളമ്പാനും അടിച്ചു തിരുമ്പാനും ആയിസാത്ത പകൽ വന്നു പോയി.

എനിക്ക് കൂട്ടിന് നൗഷാദുണ്ട്. എന്നാൽ ബാപ്പയുടെ ഏകാന്തതയ്ക്കൊരു മുറിവന്നത് ഒരു പാതിരാത്രിയിലാണ്. പള്ളിക്കോലായയിൽ

ഇരുട്ടോടൊട്ടി ഒരാൾ കിടക്കുന്നു. സുബ്ഹ് ബാങ്ക് കൊടുത്ത് ബാക്കിയുള്ളവരൊക്കെ നമസ്കരിക്കാൻ സഫ് നിന്നിട്ടും എണീക്കാത്തതുകണ്ട് ബാപ്പ അയാളെ തട്ടിവിളിച്ചു. ഇരുളിൽ മുഖമോ ഉരുവിട്ട ശബ്ദങ്ങളോ തിരിച്ചറിയാനായില്ല. അയാളൊരു പൊട്ടനായിരുന്നു. ബാപ്പ അയാളുടെ ഇഷ്ടം ചോദിച്ചു. കലിമ ചൊല്ലിക്കൊടുത്തു. രഹസ്യ മർമ്മരങ്ങളാൽ പൊട്ടൻ വിശ്വാസമേറ്റു വാങ്ങി. സർവ്വശക്തനും പരമകാരുണികനുമായ അല്ലാഹുവിങ്കൽ മുട്ടുകുത്താൻ ശീലിപ്പിച്ചു. അയാൾ പകലൊക്കെയും ബാപ്പയുടെ നിഴലായി. രാത്രി അയാളോട് വീട്ടിൽ വന്ന് കിടക്കാൻ ഞാനും നിർബ്ബന്ധിച്ചതാണ്. പൊട്ടൻ പള്ളിക്കോലായയിൽത്തന്നെ അന്തിയുറങ്ങി. ബാപ്പയോടൊപ്പം മീസാൻകല്ലുകൾക്കിടയിലെ പൊന്തയും പടർപ്പും വെട്ടി വൃത്തിയാക്കി ആത്മാക്കളോട് നിഗൂഢഭാഷണം നടത്തി ശ്മശാന ഭാഗമായി. ആരെങ്കിലും മരിച്ച വിവരവും മയ്യിത്തിന്റെ നീളവും അറിയിച്ചെത്തിയാൽ ബാപ്പയില്ലെങ്കിലും, പാകത്തിനൊരിടം കണ്ട് പണി തുടങ്ങും. കുഴിവെട്ടാനടയാളമിട്ട് ബാപ്പയെ കാത്തിരിക്കും. ബാപ്പയെത്തിയാൽ പിന്നെ, പൊട്ടൻ ബാപ്പയുടെ കൈകളും കാലുകളുമാവുകയായി. പൊട്ടന്റെ ഊരും പേരുമറിയാമായിരുന്നില്ല. ഒരു വർത്തമാനവും കൈമാറാറില്ല. കൈമാറുന്നതോ ഖബറിടക്കാര്യം മാത്രം. എന്നിട്ടും പൊട്ടൻ ബാപ്പയ്ക്ക് ജീവനായിരുന്നു.

ബാപ്പയുടെ ഉള്ളറിഞ്ഞ് പൊട്ടൻ പെരുമാറുന്നത് നൗഷാദിന്റെ ഖബറടക്കനേരം ഞാൻ കണ്ടതാണ്. ഗൾഫിൽപോയി അവധിക്കു വന്ന നൗഷാദ് സഞ്ചരിച്ചിരുന്ന മോട്ടോർ ബൈക്ക് ഏതോ ഒരു ലോറി ഇടിച്ചു തെറിപ്പിച്ച് കടന്നുപോയി. ഗൾഫിൽനിന്നും അടുത്ത വരവിന് എനിക്കൊരുവിസയും കൊണ്ടേ വരികയുള്ളൂ എന്ന് പറഞ്ഞ നൗഷാദിനെ വിളിച്ചു കൊണ്ടുപോയി. നൗഷാദിന്റെ മയ്യത്തിറക്കിവയ്ക്കുമ്പോൾ ബാപ്പയുടെ കൈ വിറച്ചിരുന്നു. കണ്ണ് കലങ്ങിയിരുന്നു. ഖബറടക്കം കഴിഞ്ഞ് പള്ളിക്കോലായിലിരുന്ന് വിതുമ്പിക്കരഞ്ഞ എന്നേയും ബാപ്പയേയും പൊട്ടൻ അത്ഭുതശബ്ദങ്ങളുടെ പുതപ്പണിയിക്കാൻ ശ്രമിച്ചിരുന്നു.

ബാപ്പയുടെ ദൗർബ്ബല്യങ്ങൾക്ക് ശക്തിയായിരിക്കാൻ പൊട്ടൻ അധികകാലമൊന്നും ഉണ്ടായിട്ടില്ല. വേറൊരു നാൾ സുബഹ് ബാങ്ക് കൊടുത്തിട്ടും എണീക്കാത്തത് കണ്ട് തട്ടിവിളിച്ചപ്പോൾ ബാപ്പയുടെ കാൽക്കലേക്ക് പൊട്ടൻ മലർന്നു വീണു. തണുത്ത ഒരു കരിഞ്ചാക്കുപോലെ. രാത്രിയിലെവിടെവെച്ചോ പൊട്ടന്റ സഞ്ചാരപഥം മുറിഞ്ഞുപോയിരുന്നു.

ബാപ്പയുടെ ഇഷ്ടാനിഷ്ടങ്ങൾക്കൊത്ത ഒരു സഹായി പിന്നെ വന്നതുമില്ല. ഞാൻ നഗരത്തിലെ കോളേജിലെത്തി. ഭൂഗർഭ ശാസ്ത്രത്തിൽ ബിരുദം നേടി. അതിനിടയ്ക്ക് ആമദ് എന്നയാൾ സഹായിയായി വന്നിരുന്നു. ഖബറിടം കിളയ്ക്കുമ്പോൾ കാലിൽ തടഞ്ഞ താടിയെല്ലുകണ്ട് ഞെട്ടിപ്പോയി. ജ്വരം വന്ന് കിടപ്പായി. ഇനി ഞാൻ പള്ളിപ്പറമ്പിലെക്കില്ലെന്ന് ചൊല്ലിയറീക്കയും ചെയ്തു. ചിരിച്ചുകൊണ്ട് ബാപ്പ ചോദിച്ചു. “അവ

സാനം പള്ളിപ്പറമ്പിലേക്കല്ലാതെ പിന്നെങ്ങോട്ടു പോകും?" ഖത്തീബ് പറഞ്ഞുവിട്ട കുഞ്ഞിക്കാദർ രണ്ടുനാൾ നിന്നു. ബാപ്പയോടിണങ്ങിയില്ല. പിന്നെ വന്ന അദ്യമാൻ നെറികെട്ട കള്ളനെന്ന് ബാപ്പ തന്നെ കണ്ടുപിടിച്ചു. ഖബറടക്കം കഴിഞ്ഞ് രാത്രിയിൽ മണ്ണുമാന്തി കല്ലിളക്കി മയ്യിത്ത് പൊതിഞ്ഞ കോടിവെള്ള കവർന്നെടുത്തു. ബാപ്പയുടെ കൈ അദ്യമാന്റെ മുഖത്തു വീണു. ആട്ടിപ്പായിച്ചു.

ബാപ്പയ്ക്ക് പ്രായമേറിവരുന്നു എന്ന് ഞാനറിഞ്ഞിരുന്നു. ഒരു ജോലി കിട്ടിയാൽ ബാപ്പയെ ഒരു പണിക്കും പറഞ്ഞയ്ക്കരുതെന്ന് ഞാനാഗ്രഹിച്ചതാണ്. കുവൈത്തിലെ ഒരു എണ്ണക്കമ്പനിയിലേക്ക് ഒരിന്റർവ്യൂ ബോംബെയിൽ വെച്ച് നടന്നിരുന്നു. ഞാൻ കൂടിപോയാൽ ബാപ്പയുടെ സ്ഥിതിയെന്ത് എന്നായിരുന്നു എന്റെ ഭയം. ബാപ്പ ഖബറിടപ്പണിയിൽ ഞാൻ ചേരുന്നത് കാത്തിരിക്കുന്നു എന്നുതന്നെയാണെന്റെ തോന്നൽ. രണ്ടുനാൾ കൂടെ നിന്ന് വേറെ പണിനോക്കി പോവുമോ എന്നതുതന്നെയാവണം ബാപ്പയുടെ പേടി. ഒരിക്കൽ ബാപ്പയെ സഹായിക്കാൻ കൈക്കോട്ടെടുത്തതാണ്. ഞാൻ മരിച്ചിട്ടിതുമതിയെന്ന് പറഞ്ഞ് വിലക്കിയതാണ്.

ഒരു വെള്ളിയാഴ്ച ജുമാ കഴിഞ്ഞ് മഹല്ലുകാർക്കിടയിൽ വെച്ച് ബാപ്പയ്ക്ക് പ്രായമായതും പുതിയ ഖബർ കുഴിക്കാരനെ കണ്ടെത്തേണ്ടതും ഞാൻ പറഞ്ഞിരുന്നു. അബ്ദുള്ള ഹാജിയും മൂസ്സക്കുട്ടിക്കയുമെല്ലാം അതു സമ്മതിച്ച് നാലുവാക്ക് പാഞ്ഞു. പാകത്തിനൊത്ത അറിവും കഴിവുമുള്ള ഒരാളിനെ കിട്ടാനുള്ള വിഷമം പറഞ്ഞു. അന്നു രാത്രി ബാപ്പയെന്നോടൊന്നും മിണ്ടിയില്ല. ഒന്നും കഴിച്ചതുമില്ല. കുറച്ചു നാൾ ആവശ്യത്തിനുമാത്രമേ ബാപ്പ വർത്തമാനം തന്നെ പറഞ്ഞുള്ളൂ. തീർച്ച, ശ്മശാനഭൂമിയിലെ പ്രവൃത്തി ബാപ്പയ്ക്ക് സർവ്വം സമർപ്പണമായിരുന്നു. അതറിഞ്ഞ എന്നെ പഠിപ്പിച്ച വിശ്വനാഥൻ മാഷ് പറഞ്ഞു: "മോനേ, ഭാരതീയന് മഹാശ്മശാനം, കാശി. പിതൃഭൂമിയാണ് മഹാ കാശി. അന്ത്യകാലം പിതൃഭൂമി പൂകുകയെന്നതേ ജന്മഭാഗ്യം. മോനേ, നിന്റെ ബാപ്പ പിറന്നിടം പിതൃഭൂമി പണിതവൻ. മഹാഭാഗ്യം. നമുക്കതെളുപ്പം മനസ്സിലാവില്ല."

കുവൈത്തിലേക്ക് പോകാനുള്ള രേഖകൾ വന്നപ്പോൾ ബാപ്പ പള്ളിപ്പറമ്പിലായിരുന്നു. ഞാനാ കടലാസ്സുമായോടി. പടികൾകേറി. അന്ന് ഞാനറിയാതെ ഖബറിടങ്ങളിൽ ചവുട്ടിപ്പോയിരുന്നു. പാതി കുഴിച്ച ഖബറിടത്തിനടുത്ത് നിന്ന് ബാപ്പയും ആയിടെവന്ന സഹായിയായ അത്തനും വഴക്കിടുകയായിരുന്നപ്പോൾ. ബാപ്പയേക്കാൾ ഉയരവും കടഞ്ഞെടുത്ത ശരീരവും കട്ടിമീശയും ഉള്ള അത്തൻ ബാപ്പയ്ക്കുമീതെ കഠിനവാക്കുകൾ ചൊരിയുകയായിരുന്നു. നടപ്പുറത്ത് ഒലിച്ചിറങ്ങുന്ന വിയർപ്പുതുള്ളി ചൂണ്ടുവിരലിലെ നഖം കൊണ്ട് തോണ്ടിമാറ്റി അത്തൻ എന്നെ നോക്കി പൊട്ടിത്തെറിച്ചു. "വയസ്സായാ വീട്ടിലിരുത്തീട്ടില്ലെങ്കില് ബാപ്പാന്ന് വിളിക്കാൻ ആളുണ്ടാവൂലാന്ന് ഓർത്തോ." ബാപ്പ മെല്ലെ എന്റെയടുത്തെത്തി.

മുഖത്ത് തറപ്പിച്ചു നോക്കി ചോദിച്ചു. "പോവാനുള്ള കടലാസ്സൊക്കെ വന്നല്ലേ?"ബാപ്പയുടെ നോട്ടം എന്റെ ഉള്ള് കിളച്ചിരുന്നു ബാപ്പയുടെ മേലോടൊട്ടി ബാപ്പയുടെ മാറത്തെ വിയർപ്പും എന്റെ കണ്ണീരും കലർന്നൊന്നായി അപ്പോൾ അത്തന്റെ വാക്കുകൾ ഉതിർന്നു വീഴുന്നുണ്ടായിരുന്നു. "ബാപ്പാനേയും കൊണ്ടു പൊയ്ക്കോ. അവിടെ ഖബറ് കിളച്ചാ കൊറെ കാശ്കിട്ടും." ബാപ്പ ഒന്നും മിണ്ടിയില്ല. ഭാഗ്യം. നാടുവിട്ടാൽ എനിക്കൊരു മനസ്സമാധാനവും ഉണ്ടാവില്ലെന്ന കാര്യം അന്ന് രാത്രി ബാപ്പയോട് ഞാൻ പറഞ്ഞു. "കുവൈത്തിൽ ഖബർ കുഴിക്കുന്നത് ഇവിടത്തെപ്പോലെ തന്നെയാണോ എന്നന്വേഷിക്കണം നീ" എന്നു പറഞ്ഞ് ബാപ്പ വഴിമാറ്റിച്ചു. ഞാൻ പോകുന്നതിനുമുമ്പ് അത്തൻ ബാപ്പയോട് പിണങ്ങി ഏതോ കിണർകുഴിസംഘത്തോടൊപ്പം ചേർന്നു നാടുവിട്ടിരുന്നു. സമാധാനമായി.

അഷ്റഫ് കുവൈത്തിലേക്കയയ്ക്കുന്ന കത്തുകളിൽ മഹല്ലിലും പരിസരങ്ങളിലും വന്നുചേർന്ന വരൾച്ചയെക്കുറിച്ചെഴുതിയിരുന്നു. മഴക്കാലം മടങ്ങിപ്പോകുന്ന വഴിയെ മണ്ണിൽനിന്നും വലിഞ്ഞുപോകുന്ന നീരുറവകൾ മഹല്ലിൽ കൊടും ശാപമായി വീണിരിക്കുന്നു. ചൂടുകാറ്റ് രാവിലും വീശുന്നു. കുടിവെള്ളത്തിന് കാണുന്നിടത്തൊക്കെ കിണറ് കുത്തിനോക്കുന്നു. അനാദികാലംതൊട്ട് പാഞ്ഞുപൊയ്ക്കൊണ്ടിരുന്ന ഉൾപ്രവാഹങ്ങളെ മീതോട്ടുയർത്തി ഊർജ്ജവും പിന്നെ സമ്പത്തുമാക്കി മാറ്റുന്ന എണ്ണക്കമ്പനിയിലെ പണിക്കാരനായിരുന്നു ഞാൻ. സുഹൃത്ത് അഷ്റഫ് അയയ്ക്കുന്ന കത്തുകൾ വായിച്ച് രണ്ടു കൊല്ലം ഞാൻ ബാപ്പയെ ഓർത്ത് കത്തുകയായിരുന്നു.

അവധിക്ക് ഞാനെത്തിയത് കൊടും വേനലിലായിരുന്നു. എന്നാൽ ബാപ്പയെ ഇത്ര സന്തോഷവാനായി ഒരു നാളും കണ്ടിട്ടില്ല. ബാപ്പ എനിക്കൊരാളെ കണ്ടു വെച്ച കാര്യം പറഞ്ഞു. പോയിക്കാണണം. എനിക്കും സെക്കീനയെ ഇഷ്ടമായി. നിക്കാഹ് നാൾ നിശ്ചയിച്ചു. മഹറ്ചൊല്ലി. കീഴേടത്തെ അസ്സെയിനാർക്കയിൽ നിന്ന് സെക്കീനയെ ഏറ്റുവാങ്ങാനായില്ല. നിക്കാഹിനൊരാഴ്ച മുമ്പ് അസ്സെയ്നാർക്കയുടെ തലയിൽ മടൽ വീണു ആസ്പത്രിയിലായി. അസ്സെയിനാർക്കയുടെ വിചാരങ്ങളും സ്വപ്നങ്ങളും ബോധാബോധാകയങ്ങളിൽ കറങ്ങി. ഓർമ്മ തെളിഞ്ഞ ഒരുനേരം അസ്സെയിനാർക്ക ചോദിച്ചു. "മോളേ, പിയ്യാപ്ല വന്നീലേ?" തിരിച്ചറിവിനു മുമ്പ് അബോധക്കുഴിയിലേക്ക് മറിഞ്ഞു വീഴുകയും ചെയ്തു. മകൻ അബ്ദുറഹ്മാനും ഞാനും കൂടി അസ്സെയ്നാർക്കയെ മണിപ്പാൽ ആസ്പത്രിയിൽ കൊണ്ടുപോയി. ഓർമ്മത്തെളിവ് അപഥസഞ്ചാരം മാറ്റിയതേയില്ല. അവധി നീട്ടാനാവില്ല. ഞാൻ കുവൈത്തിലേക്കുതന്നെ മടങ്ങി. ബാപ്പ ആ നാളിൽ അസ്ഥാനത്തേറ്റ പ്രഹരത്താലെന്നപോലെ കൂടുതൽ മൗനിയായി മാറിക്കഴിഞ്ഞിരുന്നു.

കുവൈത്തിൽ എനിക്കെത്തുന്ന സെക്കീനയുടെ കത്തുകളിൽ അസ്സെയ്നാർക്കയുടെ ബോധം നനഞ്ഞ് കിടന്നിരുന്നു. ബാപ്പയുടെ മൗനം കട്ടപിടിച്ചു വരുന്നത് അഷ്റഫും എഴുതി. ആറുമാസം കഴിഞ്ഞ്

ബാപ്പയ്ക്ക് അസുഖം എന്ന അടിയന്തിരക്കമ്പിയാണ് എന്നെ നാട്ടിലെത്തിച്ചിരിക്കുന്നത്.

ഒരൊടിവോ ചതവോ കൂടാതെ ബാപ്പ നടുവകത്തെ കട്ടിലിൽ കിടക്കുന്നു. ജനലഴികൾ ബാപ്പയുടെ മാറിൽ വരയിടുന്നു. വെളുത്ത താടി നനഞ്ഞ് പൂച്ചയെപ്പോലെ നെഞ്ചോടൊട്ടി വെയിൽകായുന്നു. ഞാൻ ബാപ്പയുടെ അടുത്തിരുന്നു. ബാപ്പയുടെ കണ്ണുകളിൽ തിളയ്ക്കുന്നതെന്തെന്ന് എനിക്കറിവായി. എന്റെ കൈയെടുത്ത് കഴുത്തിലും കവിളിലും വെച്ചു. നൂറ്റാണ്ടുകളുടെ സമ്പാദ്യം ഒരൊറ്റ നിമിഷം കൊണ്ട് കൈമാറി. കാത്തുവെച്ചതെനിക്ക് പകുത്തുതന്നു. ആ രാത്രിയിൽ ബാപ്പ വീണ്ടും ചോര ഛർദ്ദിച്ചു. ഞാനത് തുടച്ചുമാറ്റുകയായിരുന്നു. ബാപ്പ കണ്ണുമിഴിച്ചെന്നെ നോക്കി. ഞാനതുവരെ കേൾക്കാത്ത പുണ്യോച്ചാരണങ്ങളുടെ മർമ്മരം മുഴങ്ങുന്നു. ബാപ്പയുടെ വിരലുകൾ എന്റെ ചൂണ്ടാണി വിരലമർത്തി. അനക്കമറ്റ താടി രോമങ്ങൾ മാറൊട്ടി നിത്യമയക്കത്തിലായി.

നടുവകത്താണ് ബാപ്പയെ കിടത്തിയിരിക്കുന്നത്. കാണാനെത്തുന്നവർക്ക് അബ്ദുറഹ്മാൻ വെള്ളത്തുണി പൊക്കി മയ്യിത്തിന്റെ മുഖം കാണിച്ചു കൊടുക്കുന്നു. സെക്കീന ഒരു പൊട്ടിക്കരച്ചിലായി വന്നുപോയി. ഈ വീട്ടിലെ ആദ്യത്തെ വരവ് ഇങ്ങനെയായിപ്പോയല്ലോ എന്നാരൊക്കെയോ പരിതപിക്കുന്നു. കഴിഞ്ഞ രാത്രിയിൽ ബോധം തെളിഞ്ഞ ഒരു നിമിഷം, അസ്സെയിനാർക്ക ബാപ്പയെ അന്വേഷിച്ചിരുന്നത്രെ.

കുറച്ചുകഴിഞ്ഞ് അഷ്റഫ് ഖബറിടക്കാര്യം വന്നു പറഞ്ഞു. അത്തൻ വേനലിന്റെ വരവിനുമുമ്പെ കിണറ് പണിക്ക് പോയിരിക്കുന്നു. തേടിപ്പോയ അഷ്റഫിനോട് വരാൻ മനസ്സില്ലെന്നറിയിച്ചിരിക്കുന്നുവത്രെ. അഷ്റഫ് ഖബർ കിളക്കാനാളെ കിട്ടാത്ത വിവരം ഖത്തീബിനെ അറിയിച്ചു. അത്തനെ കൈയോടെ കൊണ്ടുവരാൻ ഖത്തീബ് പോയപോലെ തിരിച്ചുവന്നു.

മൂസക്കുട്ടിക്കയാണെന്നോട് അത്തനോടൊന്ന് പറഞ്ഞു നോക്കാൻ നിർദ്ദേശിച്ചത്. മൂസക്കുട്ടിക്കയ്ക്കും അഷ്റഫിനുമൊപ്പം ഞാൻ അത്തനെ കാണാൻ പുറപ്പെട്ടു. പറമ്പുകൾ ചാടിയിറങ്ങി. കിണറുകുഴിക്കുന്ന സ്ഥലത്തെത്തി. കൂട്ടിയിട്ട വെളുത്ത ചരൽ മണ്ണിന്റെ കൂമ്പാരം മുന്നിലുയർന്നു നില്ക്കുന്നു. കപ്പികെട്ടി കയർ വലിച്ച് രണ്ടുപേർ ഞങ്ങൾക്കെതിരെ പാഞ്ഞുവരുന്നു. മരക്കപ്പി നെഞ്ച് തുളയ്ക്കുന്ന ആർത്തനാദമുയർത്തുന്നു. മണ്ണിറക്കി കൊട്ടയുമായ് കിണറോടടുത്തേക്ക് തന്നെ മടങ്ങുന്നു. കൊട്ട കിണറ്റിലേക്ക് താഴ്ത്തി ഒരാൾ ഒച്ചവെച്ചു: “ബീ....സ്....” കിണറ്റിൽ ശബ്ദം തുളഞ്ഞിറങ്ങി. കൊട്ട കൈയിലെത്തിയ മറുപടി കിണറ്റിൽ നിന്നുയർന്നു: “ബീ...ഈ..ഈ...സ്....സ്...”അത്തന്റെ ശബ്ദം. പണിക്കാരിലൊരാൾ ഞങ്ങൾവന്ന വിവരം അത്തനെയറിയിച്ചു. മൺകൊട്ടയുയർത്താനുള്ള കല്പനയാണവർക്ക് കിട്ടിയത്. അവർ കയറ്റവുമായ് പാഞ്ഞു. കുറച്ചുകഴിഞ്ഞ് മൂസക്കുട്ടിക്ക അത്തനെ വിളിച്ചു. മറുപടിയുണ്ടായില്ല. ഞാൻ കിണറോടടുത്തു. താഴെ ഇരുളല്ലാതെ മറ്റൊന്നും തെളി

ഞ്ഞില്ല. ആഴമറിയാത്ത ഇരുട്ട്. ഞാൻ ശബ്ദമുയർത്തി വിളിച്ചു: "അത്തനിക്കാ..."ശബ്ദച്ചില്ലുകൾ പടവുകളിൽ തട്ടി തെറിക്കുകയും ഇരട്ടിക്കുകയും കുഴമറിയുകയും ചെയ്യുന്നു. ഞാനപേക്ഷിച്ചു: "ബാപ്പയ്ക്കു വേണ്ടി കാല് പിടിക്കാം അത്തനിക്കാ...." മറുപടി കിട്ടിയില്ല. മൂസക്കുട്ടിക്ക ഉറക്കെ പറഞ്ഞു: "മയ്യത്തിനോട് വെറുപ്പ് വെച്ച് പുലർത്തല്ല അത്താ..." അപ്പോൾ അത്തന്റെ പ്രതികരണമുണ്ടായി: "മോനും കബറ് കെളയ്ക്കണത് കുറെ കണ്ടതല്ലേ....ബാപ്പാന്റെ ഇഷ്ടത്തിനൊത്ത ഒന്ന് കുഴിച്ചോള്ൻ.... മൂസ്സക്കുട്ടിക്കയ്ക്ക്" അടക്കാൻ കഴിഞ്ഞില്ല: "അതുമിതും പറയണ്ട നേരല്ല അത്താ..." പെട്ടെന്ന് അത്തന്റെ ഉത്തരവും കിട്ടി: "ഞാൻ കുഴിക്ക്ണ കെണറിലൊന്നും വെള്ളം കാണൂലാന്നാ അന്റെ ബാപ്പ പറഞ്ഞത്....നോക്കട്ടെ വെള്ളം കണ്ടിട്ട് ബാക്കിക്കാര്യം...."ഇരുൾക്കട്ടിയിൽനിന്ന് കണ്ണുമിഴിച്ചൊരു നനവ് കിനിഞ്ഞിറങ്ങാൻ, മൺഭിത്തികൾക്കിടയിലൂടെ ഒറുറവ് നൂഴ്ന്നിറങ്ങാൻ ഞാൻ പ്രാർത്ഥിച്ചു പോയി. മൂസ്സക്കുട്ടിക്ക അപേക്ഷിക്കുന്നു: "എല്ലാം പൊറുത്ത് മീതോട്ട് വാ.... അത്താ...."അത്തന്റെ അവസാനവാക്കുണ്ടായി: "അത്തനെക്കാത്താ മയ്യത്ത് പുഴ്ത്ത് നാറീന്ന് വരും.... അത്തൻ വെള്ളം കണ്ടേ കേറൂ..." മൂസ്സക്കുട്ടിക്ക ശപിച്ചു: "കള്ള ഹിമാറേ... നിന്റെ കബറ് ഇതുതന്നെയാവട്ടെ...." ഗർത്തങ്ങളിൽ നിന്നെങ്ങോ ഒരു ചിരി പെരുത്ത് കേറി.

മൂസ്സക്കുട്ടിക്ക ആരെയൊക്കെയോ കൂട്ടി ജീപ്പെടുത്തു പോയിരിക്കുന്നു. അടുത്ത മഹല്ലുകളിലെ ഖബറ് കുഴിക്കാരെ അന്വേഷിക്കാൻ പോയതാണ്. മണിക്കൂറുകൾ കഴിഞ്ഞിരിക്കുന്നു. മയ്യത്ത് കിടത്തിയ ബഞ്ചിന്റെ കാലുകളിൽ കെട്ടിയ വെള്ളനാടയിലെ നനവ് വറ്റിപ്പോയിരിക്കുന്നു. ശവംതീനിഉറുമ്പുകൾ മനം നൊന്തു പ്രാർത്ഥിക്കുമ്പോൾ നാടയുണങ്ങി ശവംതീനി ഉറുമ്പുകളുടെ വഴിയൊരുക്കപ്പെടുന്നതാണ്; വെല്ലിമ്മ പറഞ്ഞതോർക്കുന്നു. അബ്ദുറഹ്മാൻ നാടയിൽ മണ്ണെണ്ണയിറ്റിക്കുന്നു. വഴി മുടക്കുന്നു. ആരോ ഇടയ്ക്ക് മൺത്തട്ടിലെ കനലുകളിൽ കുന്തിരിക്കപ്പൊടി വിതറുന്നു. നടുക്കത്തിൽ തെളിയുന്ന ബോധമായി പുകച്ചുരുൾ പിടഞ്ഞെണീക്കുന്നു. അവിടവിടെപ്പരന്ന് അടങ്ങിപ്പോകയും ചെയ്യുന്നു. വൈകിയെത്തിയ ആരോ നടുവകത്തേക്ക് കേറി. അബ്ദുറഹ്മാൻ വെള്ളത്തുണി പൊക്കി. ബാപ്പ ഉറഞ്ഞുപോയ ഒരു ചിരിയായ് മാറിയപോലെ. തീർച്ച, ബാപ്പ കാലാകാലമായങ്ങനെ കിടക്കുകയാണെന്നേ തോന്നു.....

ഏകം

മോളോട് പറഞ്ഞ കഥകളുടെയും വിവരിച്ച അനുഭവങ്ങളുടെയും സന്ദേശം, പോയ്മറഞ്ഞ നാളുകൾ നന്മയുടെ ഖനികളായിരുന്നു, എന്ന താണ്. പഴയത് കൈവിട്ടുപോയതോടെ, കാട്ടിൽ നിന്ന് നാട്ടിലെത്തിയ പ്പോൾ നല്ലതെല്ലാം കൈമോശം വന്നുവെന്നും ഞാനവളെ ധരിപ്പിച്ചിരു ന്നു. കുട്ടിക്കാലത്ത് മോൾ എന്റെ യാത്രാവസാനം കാത്തിരിക്കുകയാ വും. തിളച്ചുയരുന്ന ജിജ്ഞാസയിൽ മനസ്സ് കൂർപ്പിച്ചിരിക്കുമ്പോൾ, ഞാൻ കഥ തുടങ്ങുന്നു. പെട്ടെന്ന് സുശി ചാടി വീണലറുകയായി: "ഒന്ന് കുളിച്ച് വൃത്തിയായിട്ട് അതിനെപ്പിടിച്ച് മടീലിരുത്ത്യാപ്പോരേ മനുഷ്യാ. ഇറങ്ങി പ്പോടി അവിടുന്നും." മൃഗരാജന്റെ കനിവിന്റെ കഥ മുറിഞ്ഞുപോയി. ചില കഥകൾ അപൂർണ്ണങ്ങളായിക്കിടക്കുന്നത് മോൾ മനസ്സിലാക്കിയിരിക്കണം. ഞാനവളെ ആശ്വസിപ്പിച്ചിരുന്നു: "മോളെ ഞാനൊരിക്കല് കൊണ്ട് പോവു ന്നുണ്ട്." മോൾക്ക് കാര്യങ്ങൾ കണ്ടറിയാനായിരുന്നു. കാട്ടിലും കുടും ബബന്ധങ്ങൾ മനുഷ്യരെപ്പോലെ തന്നെയാണോ എന്നവളൊരിക്കൽ ചോദിച്ചു. അവളെന്താണുദ്ദേശിക്കുന്നതെന്ന് സുശിക്കും മനസ്സിലായിരു ന്നു. സുശിയുടെ തുറിച്ച നോട്ടം അവളെ തുളച്ചു. ഞാൻ ഒന്നും പറഞ്ഞ തുമില്ല. അപ്പോൾ ചില ചോദ്യങ്ങൾക്ക് ഉത്തരമാവശ്യമില്ലെന്നതും മോൾ അറിഞ്ഞിരിക്കണം. അവളോട് വർത്തമാനം പറഞ്ഞിരിക്കുമ്പോഴൊക്കെ സുശി തടുക്കുന്നു: "ഇനി ഇവളെക്കൂടി തുലയ്ക്കണം അല്ലേ മനുഷ്യാ?" ഒരിക്കൽ "പഠിക്കാനൊന്നുമില്ലെങ്കിൽ പോയിക്കിടന്നുറങ്ങ് കഴുതേ" എന്നു പറഞ്ഞ് മോളുടെ മുടി കുത്തിപ്പിടിച്ച് സുശി തള്ളി. ചെന്നുവീണത് സോഫയിലാണ്. പെട്ടെന്നെണീറ്റവളെ താങ്ങുമ്പോൾ കറുത്ത മുടിയിൽ നിറംകെട്ട് ഒലിച്ചുതുടങ്ങിയ ചോര, എന്റെ വിരലുകളിൽ പരന്നു നിറം പൂണ്ടു. സാരമില്ല, പേടിക്കാനൊന്നുമില്ല എന്നും പറഞ്ഞു മോൾ എന്നെ

ആശ്വസിപ്പിച്ചു. ഏതോ കാട്ടിൽ നിന്നെന്നപോലെ സുശിയുടെ ശബ്ദം മുഴങ്ങി: "പോണേടത്തൊന്നും പിടിച്ചു തിന്നാനൊരു ജന്തുപോലുമില്ലേ, ഈശ്വരാ?" അന്ന് രാവൊടുങ്ങുംവരെ മോൾ എന്റെ മേൽ ചേർന്ന് കിടന്ന് ഏങ്ങിക്കരഞ്ഞു. ആർക്കാണ് പാളിച്ച പറ്റുന്നതെന്ന് ഞാൻ ആലോചിക്കാതല്ല. ഞാനെന്റെ വീഴ്ചകൾ കാണുന്നു. ഒത്തുതീർപ്പുകൾക്കേ മനസ്സുകൾ തുന്നിച്ചേർക്കാനാവൂ എന്നും ഒരാളിന്റെ പ്രതീക്ഷകൾ മറ്റൊരാളിന്റെ കടപ്പാടുകളാവുമ്പോൾ മാത്രമേ ബന്ധം സുദൃഢമാവുന്നുള്ളൂ എന്നും ഞാൻ ക്ലാസിൽ പഠിപ്പിക്കുന്നു. എനിക്കെന്തു പറ്റുന്നുവെന്നറിയില്ല. ചിലപ്പോൾ സുശിയുടെ മാറ്റമില്ലാത്ത സ്വാർത്ഥത എന്റെ മാറ്റത്തെ തടുക്കുന്നുവെന്നു തോന്നാറുണ്ട്. എന്റെ അഹന്തയുടെ കൃഷിയിടം സുശി തന്നെയാണെന്നും. ഒരിക്കൽ ഞാൻ ചോദിച്ചിട്ടുണ്ട്: "സുശി, ഒരാളിന്റെ ഇഷ്ടാനിഷ്ടങ്ങൾ അതേപോലെ വേറൊരാൾക്ക് വച്ചു പുലർത്താനാവുമോ? "യാത്രകളോ, വായനയോ, വിദ്യാർത്ഥികളോടുള്ള അടുപ്പമോ ആയിരുന്നില്ലല്ലോ സുശി വെറുത്തത്. ഏതോ ഒരു ദുർവ്വാശിയിൽ അകലുകയായിരുന്നു. അവളകലുമ്പോൾ മോൾ എന്നോടടുത്തുവെന്നതാണ് അത്ഭുതം. തിളങ്ങുന്ന കണ്ണുകളിൽ നോക്കി പിന്നെ ഞാൻ കഥകൾ പറഞ്ഞില്ല. എന്റെ അനുഭവങ്ങൾ അവളിൽ വിസ്മയഗോപുരങ്ങളുയർത്തി. അപ്പൊഴൊക്കെ അവളെ ഞാനൊരിക്കൽ കാട്ടിൽ കൊണ്ടുപോവുമെന്ന് ഓർമ്മിപ്പിച്ചിരുന്നു. സുശിയെ കൊണ്ടുപോയിരുന്നു. ഒരിക്കൽ മാത്രം. കാട്ടിൽ കാലെടുത്തുവച്ചപാടെ സുശി ചോദിച്ചു: എവിടെ ആന? "എവിടെ കരടി" സുശിക്ക് ഇലകളുടെ മർമ്മരം കേൾക്കാനായില്ല. വ്യത്യസ്തങ്ങളായ പച്ചനിറങ്ങളിൽ തിളച്ചു മറിയുന്ന ഉണർച്ച അവളിലേക്ക് പടർന്നില്ല. ഈ കാടും പൊന്തയും കാണാനാണോ എന്നെ കഷ്ടപ്പെട്ടെഴുന്നെള്ളിച്ചതെന്ന് അവൾ ചോദിച്ചു. ഞാൻ ചിരിക്കുക മാത്രം ചെയ്തു. കുറച്ചു കഴിഞ്ഞു സുശി ചോദിച്ചു: "ചോദിച്ചത് കേട്ടില്ലേ? മൃഗങ്ങളൊന്നുമില്ലെങ്കിൽ പിന്നെന്തിനാ ഇങ്ങോട്ടു വന്നത്?" ഞാൻ പറഞ്ഞു: "ഉണ്ടല്ലോ." "എവിടെ? എവിടെ?" ഞാനവളെത്തന്നെ ചൂണ്ടിക്കാണിച്ചു. വെറളി പിടിച്ച കരടിയെപ്പോലെ സുശി മുരണ്ടു. പുറപ്പെട്ട നിമിഷത്തെ ശപിച്ചു. തിരിച്ചുപോവാൻ തിടുക്കം കൂട്ടി. കാവൽപ്പുരയിൽ അന്തിയുറങ്ങാനായിരുന്നു പരിപാടി. സുശി സമ്മതിച്ചില്ല. പേടിയാണെങ്കിൽ മാറ്റാമായിരുന്നു. വിദ്യാർത്ഥികളിൽ ഭയം അലിഞ്ഞില്ലാതാവുന്നത് ഞാൻ കണ്ടതാണ്. അപ്പോൾ തന്നെ മടങ്ങി. മോളെ പ്രസവിച്ചിട്ടില്ല. അപ്പോഴേക്കും അവൾ സ്വകാര്യവട്ടത്തിൽ തളയ്ക്കപ്പെട്ടുപോയിരുന്നു. മോളായപ്പോൾ അതിലേക്ക് വലിച്ച് കേറ്റാനാണവൾ ശ്രമിച്ചതും. ഒരുനാൾ, മോൾ യാത്രയ്ക്കൊരുങ്ങിയതാണ്. ഒരുക്കിവെച്ച ബാഗെടുത്ത് വലിച്ചെറിഞ്ഞുകൊണ്ട് അലറി: "അച്ഛനും മോളും തിരിച്ചുവരുമ്പം എന്റെ ശവായിരിക്കും ഇവിടെ. "തീർത്ഥാടനം മോൾക്കപ്രാപ്യമായി. യാത്ര അനിവാര്യമായി മോക്ഷമായിത്തീർന്നത് സുശിയുടെ പെരുമാറ്റം കൊണ്ടല്ല. മണ്ണിന്റെ നൊമ്പരവും ആകാശത്തിന്റെ ദൈന്യതയും ഉണ്ടാക്കിയ അശാന്തിയിൽ ഏക

ആശ്വാസമായിരുന്നു യാത്ര. വറ്റിത്തുടങ്ങിയ നദിയും, കരിഞ്ഞൊടുങ്ങുന്ന കാടും, വരണ്ടുണങ്ങിയ ഗ്രാമങ്ങളും എന്റെ അനുഭവങ്ങളുടെ ആകത്തുകയായി. യാത്രയുടെ പൊരുളറിയാനാവാത്ത സുശി. ഒരിക്കൽ ഒരുങ്ങുന്നതിനിടയ്ക്ക് ചോദിച്ചു: "നാളത്തെ ദിവസത്തിന്റെ പ്രത്യേകത അറിയ്യോ?" വേർതിരിച്ചറിയാനായില്ല. അവൾ കലിതുള്ളി: "എന്നെ താലികെട്ടിയതും മറന്നോ മനുഷ്യാ?" ഓർമ്മയിൽ തീയതി മാഞ്ഞുപോയിരുന്നു. അവളുച്ചത്തിൽ പറഞ്ഞു: "നിങ്ങളിന്ന് പോവ്വാണെങ്കില്, തിരിച്ചുവരുമ്പോ ഞാനും മോളും ഇവിടെണ്ടാവൂലാ. മറ്റുള്ളവരുടെ ആഹ്ലാദം എന്നിൽ കോർത്തിണക്കിയ യാത്ര മാറ്റിവെച്ചില്ല. ഒന്നും മിണ്ടാതിറങ്ങി. തിരിച്ചെത്തുമ്പോൾ വാതിലടഞ്ഞു കിടക്കുന്നു. വീട്ടുപണിക്ക് വരുന്ന തള്ളയെത്തി. താക്കോൽ നീട്ടിക്കൊണ്ട് പറഞ്ഞു: "സുശീലേം മോളും പോയി." ഞാൻ വീട് തുറന്നില്ല. എനിക്കുവേണ്ടി മാത്രം പണിത വീടല്ല. വീടിന് അകത്തുള്ളവരെ ഒന്നിപ്പിക്കാനോ ആശ്വാസമരുളാനോ കഴിഞ്ഞിട്ടുമില്ല. ഞാൻ പുറത്ത് നിലത്തിരുന്നു. തള്ള കുറെനേരം നോക്കിനിന്ന്, പിന്നെ ദീർഘനിശ്വാസത്തോടെ പിൻവലിഞ്ഞു. സുശിയെക്കുറിച്ചുമാത്രമായിരുന്നു ചിന്ത. ഒരു ബന്ധം ഒരു നല്ല നിമിഷമെങ്കിലും രണ്ടുപേർക്കും ഏകിയില്ല എന്നതാണ് ദുരന്തമെന്ന് എനിക്കുതോന്നി. സുശിയുടെ സ്വപ്നങ്ങൾ ഞാൻ ചവിട്ടിമെതിച്ചു. അവളുടെ ആശപോലെ മാറാനെനിക്ക് കഴിഞ്ഞിട്ടില്ല. ദിവസങ്ങൾക്കുമുമ്പ് രാത്രിയിൽ തനിച്ചിരുന്നു കരയുന്ന സുശിയുടെ ചിത്രം എന്റെ മനസ്സിലെത്തി. പെട്ടെന്ന്, അവളെ മടക്കിവിളിച്ചു കൊണ്ടുവരാൻ തോന്നി. സുശി അവളുടെ വീട്ടിലുണ്ടായിരുന്നു. സുശി വന്നില്ല. മോളെ വിട്ടതുമില്ല. കൊടുങ്കാറ്റുപോലെ വന്നത് സുശിയുടെ അച്ഛനായിരുന്നു. സുശിയുടെ അച്ഛൻ പൊട്ടിത്തെറിച്ചു: "പഠിപ്പും പാത്രാസുമുണ്ടെന്ന് പറഞ്ഞിട്ടെന്ത് കാര്യം? ബുദ്ധിയുണ്ടോ? കോമൺസെൻസെങ്കിലുമുണ്ടോ? ഒരാൾക്ക് സഹിക്കാവുന്നതിനും ഒരതിരുണ്ട്. ആ ജയിലിക്കിടന്ന് ചാവാതെ ചാവുന്നതിലും ഭേദം ഇവിടെ ഒറ്റയ്ക്ക് കഴിയുന്നതാ." കോലായയുടെ ഒരറ്റത്ത്, ചൂരൽക്കസേരയിൽ ഒരു പ്രതിയെപ്പോലെ എല്ലാം കേട്ടിരുന്നു. സുശിയുടെ അച്ഛന് വേറൊരാളുടെ ശബ്ദം കേൾക്കുന്നത് ഇഷ്ടവുമായിരുന്നില്ല. ഇരുളിലും സുശിയുടെ അച്ഛന്റെ ശബ്ദം നിലച്ചതുമില്ല. എന്നെ ദൗർബല്യങ്ങളോടെ സുശി സ്വീകരിക്കുമെന്ന പ്രതീക്ഷയിൽ, വ്യാമോഹമാണെന്ന് തോന്നിയിട്ടും, ഞാനവിടെയിരുന്നു. പിന്നെ, കട്ടിപിടിച്ച ഇരുളിലേക്കിറങ്ങുമ്പോൾ സുശിയുടെ അച്ഛന്റെ ശബ്ദം പിന്നിൽ മുഴങ്ങുന്നുണ്ടായിരുന്നു. "ഇനി കെട്ട്യോളേം മോളേം അന്വേഷിച്ച് ഈ പടി കേറണ്ടട്ടോ." വീട്ടിലെത്തി, പുസ്തകങ്ങളും ഉടുപ്പുകളുമെടുത്ത് ഞാൻ പുറത്തിറങ്ങി. തള്ളയെ വിളിച്ചു. താക്കോലേല്പിച്ചു. പൊരുളറിയാത്ത എന്തിനൊക്കെയോ സാക്ഷിയാവാൻ നിയോഗിക്കപ്പെട്ടപോലെ, അവരത് വാങ്ങി. ഞാൻ കോളേജിനടുത്തൊരു ലോഡ്ജിലേക്ക് താമസം മാറ്റി. വിദ്യാർത്ഥികൾക്കത്ഭുതമായിരുന്നു. സഹപ്രവർത്തകർ സഹതപിച്ചു. ഞാൻ കണ്ണും കാതും കൊടുത്തില്ല. ഒരാൾ പറഞ്ഞത്

എന്നിട്ടും ഉള്ളിൽ തറച്ചുപോയി. "മിസ്റ്റർ എം.ഡി നായർ നിങ്ങളിൽനിന്ന് ഡൈവോഴ്സ് വാങ്ങാത്തതെന്താണെന്നറിയുമോ? അങ്ങനെ ചെയ്താ തൂങ്ങിച്ചാവുമെന്ന് പറഞ്ഞിട്ടുണ്ടത്രേ. ആര്? നോട്ട് യുവർ വൈഫ്; ബട്ട് യുവർ ഒൺളി ഡോട്ടർ". അന്നെനിക്ക് മോൾ ആഹ്ലാദമോ വേദനയോ ഒക്കെയായി. വെറുതെ അവളെയൊന്ന് കാണണമെന്ന് തോന്നിയിരുന്നു. മോളോടൊരിക്കലും ചേരാതിരിക്കാൻ. അവളെ പെൺകുട്ടികൾ മാത്രം പഠിക്കുന്ന കോളേജിലേക്ക് മാറ്റിയിരുന്നു. രാവിലെ കൊണ്ടുവിട്ട്, സിസ്റ്റർമാരോടൊക്കെ പറഞ്ഞേല്പിച്ച്, ചിലപ്പോൾ കാവലിനാളെ നിർത്തി, വൈകുന്നേരം തിരിച്ചു കൊണ്ടുപോവുന്നത് സുശിയുടെ അച്ഛൻ ശീലമാക്കി. കുറച്ചുനാൾ കഴിഞ്ഞ് മോൾ എന്നെക്കാണാൻ വന്നതാണ ത്ഭുതം. പിന്നെ പഴുതുകളിലൂടെ മോൾ അടുത്തെത്തി. കടപ്പുറത്തോ റസ്റ്റോറന്റിലോ ഒന്നും മിണ്ടാതെ കൂടെയിരിക്കും. മോളുടെ തിളച്ചു മറിയുന്ന ചോദ്യങ്ങൾ വറ്റിയുണങ്ങിപ്പോയിരുന്നു. കണ്ണിലെ തിളക്കം കെട്ടുതുടങ്ങിയിരുന്നു. നിസ്സഹായതയിൽ, വെറുതെ ചോദ്യങ്ങൾ ഞാൻ ഉന്നയിച്ചു; ഉത്തരങ്ങൾ കിട്ടുകയില്ലെന്നറിഞ്ഞിട്ടും ഒരിട ഞാൻ ചോദിച്ചു. "മോൾക്ക് ഞാനൊരാളെ കണ്ട് പിടിക്കട്ടെ?" ഇതൊന്നും പോരേ എന്നമട്ടിൽ അവളെന്നെ നോക്കി. കുറച്ചു കഴിഞ്ഞവൾ പറഞ്ഞു: "അച്ഛനോടല്ലെങ്കിൽ ഞാനെന്തിനൊളിച്ചു വയ്ക്കണം? അച്ഛാ ഒരാളുണ്ട്." അവൾ വാരിവിതറുന്ന പൂഴിമണിലിൽ അപൂർവ്വപ്രകാശം ഒളിമിന്നി. ഞാനവളോട് തുരുതുരാ ചോദിച്ചു? "ആരാണ് മോളേ? അച്ഛനോടിതുവരെ പറഞ്ഞില്ലല്ലേ? ഇനി ഞാൻ നിങ്ങളെ രണ്ടുപേരേം ഒന്നിച്ചാകൊണ്ടുപോവുക,ട്ടോ? അയാളെന്തു ചെയ്യുന്നു. അവളൊന്നിനുമന്നേരം മറുപടി തന്നില്ല. ചെകിടടപ്പിക്കുന്ന ഒച്ചവച്ച്, തിരമാലകൾ കലിതുള്ളുന്നു. കുറെക്കഴിഞ്ഞെണീക്കുമ്പോൾ അവൾ പറഞ്ഞു. "അച്ഛനെന്നോടുള്ള പാതി ഇഷ്ടം പോലും അയാൾക്കെന്നോടില്ല അച്ഛാ." എന്റെ കാല് കുഴഞ്ഞുപോയി. പൂഴിമണലിൽ കാലടി നഷ്ടപ്പെടുന്നു. മോളുടെ തോന്നലാണെന്ന് ഞാൻ പറഞ്ഞു. ഒരിക്കൽ അമ്മയോടിക്കാര്യം പറയട്ടെ എന്നു ഞാൻ അന്വേഷിച്ചു. പെട്ടെന്നായിരുന്നു മറുപടി: "ഇനി ഇതിന്റെ പേരിൽക്കൂടി അച്ഛൻ കുരിശ് പേറണോ?" ഞാനത് കാര്യമാക്കുന്നില്ലെന്നും മോളുടെ സന്തോഷമാണ് പ്രധാനമെന്നും പറഞ്ഞപ്പോൾ അവൾ നിർദ്ദേശിച്ചു: "പഠിപ്പൊക്കെ കഴിഞ്ഞ് ജോലികിട്ടീട്ട് മതിയച്ഛാ". പിന്നെ അവളെന്നെത്തേടിയെത്തുമ്പോഴൊക്കെ ഞാൻ കരുതിയിരുന്നു. ഇതാ, പിന്നിൽ അവളുടെ കൂട്ടുകാരനുമുണ്ടാവും. എപ്പോഴും മോൾ വന്നത് തനിച്ചായിരുന്നു.

മോൾ എത്തിയിരിക്കുന്നു.

വേർതിരിച്ചറിയാനാവാത്ത ഒരു ഭാവമായിത്തീർന്നിരുന്നു അവൾ. അവളുടെ ഉള്ളം എന്നെയാണ് വേവിക്കുന്നത്. ചടുകാറ്റായ് വന്നു പേടിയെന്നെ പൊള്ളിക്കുന്നു. ഞാൻ ഒച്ചയടക്കി അവളോട് ചോദിച്ചു: "വന്നത് അമ്മ അറിയ്യോ മോളെ?"

"ഞനന്റെ അച്ഛന്റെ അടുത്തേക്കല്ലേ വന്നത്?" പെട്ടെന്നായിരുന്നു

അവളുടെ മറുപടി. അതല്ലേ പാടില്ലാത്തത് എന്ന് ചോദിക്കേണ്ടതായിരുന്നു. വായുണങ്ങി, ഒച്ച ഉൾവലിഞ്ഞുപോയി. ഒരിക്കലും ഞങ്ങൾക്കരികെ വന്നെത്താത്ത മൗനം വൻമതിൽ പണിയുന്നു. കുറച്ചുകഴിഞ്ഞ് എന്നോടല്ലെന്ന മട്ടിൽ മോൾ പറഞ്ഞു: "അമ്മയുടെ കാര്യത്തിൽ അത്ര ഭയമുണ്ടവേണ്ടതില്ല എന്നാണെനിക്ക് തോന്നുന്നത്. സ്വാർത്ഥത സ്വന്തം ജീവന്റെ കാര്യത്തിലും ഇടപെടാതിരിക്കില്ല."

പിടഞ്ഞുപോയി ഞാൻ. ആകെയെന്നെ ഒരു വിറ ബാധിച്ചു. ഞാനെന്റെ മോളെയല്ല കാണുന്നത്. കഥകൾകേട്ട് കണ്ണുമിഴിച്ചിരുന്ന മോളല്ല ഇത്. ചോദ്യങ്ങളാൽ ഓരോ ചെപ്പുകളും തുറന്ന പെൺകുട്ടിയല്ല അടുത്തിരിക്കുന്നത്. എന്നെ നോക്കുമ്പോഴും അവളുടെ നോട്ടം എവിടെയോ കുത്തിത്തറയ്ക്കുന്നത് ഞാൻ കാണുന്നു.

പിന്നെ, അവൾ ചോദിച്ചു: "പുറപ്പെടേണ്ടേ അച്ഛാ?"

"മോളെത്തിരഞ്ഞാള് വരില്ലേ?". ഞാൻ ചോദിച്ചു.

"എനിക്കെത്ര വയസ്സായീന്നാ അച്ഛന്റെ വിചാരം" മുറിയാകെ അവളുടെ ചോദ്യം നിറഞ്ഞുതുളുമ്പി. പെട്ടെന്നവൾ നെറ്റിയിലേക്ക് പാറിവീണ മുടിയിഴകൾ മാറ്റിക്കൊണ്ട് ചോദിച്ചു: "അച്ഛൻ പറഞ്ഞ പഴയ നന്മയുടെ ഒരു തുള്ളിപോലും നമ്മുടെയൊന്നും ജീവിതത്തിലില്ലേ?"

ആ നിമിഷം ഞാനവൾക്ക് മുന്നിലില്ലാതായി. ആ തളർച്ചയിൽ ഞാൻ മോളുടെ ശബ്ദം കേട്ടു: "ചേർച്ചയും പൂർണ്ണതയും നമ്മുടെ ലോകങ്ങൾക്ക് ബാധകമല്ലെന്നതാണ് സത്യം."

അവൾ തലതാഴ്ത്തിയിരിക്കുകയാണ്. എന്തോ കാര്യങ്ങളൊന്നും ശരിയല്ലെന്ന തോന്നൽ എന്നിലും ചുഴികുത്തി. വിങ്ങിപ്പൊട്ടലിനടിപ്പെട്ടു. വിറയ്ക്കുന്ന കൈകൊണ്ട് അവളുടെ താടിപിടിച്ചുയർത്തി ഞാൻ ചോദിച്ചു: "എവിടെ മോളേ നിന്റെ ആൾ?"

അവളൊന്നും പറഞ്ഞില്ല. ഞാനറിയാതെ എന്റെ ശബ്ദം പുറത്തുവന്നു: "അയാൾക്കെന്തുപറ്റി മോളേ?"

"പറ്റ്യതെനിക്കാണച്ഛാ. അമ്മയേക്കാളും വല്യസ്വാർത്ഥനാ അയാൾ. അതറിയാൻ വൈകിപ്പോയി." പെട്ടെന്നവളെന്റെ തോളിൽ വീണു തേങ്ങി. എനിക്കൊന്നിനും വയ്യായിരുന്നു. മേലോടടുക്കി, മുഖത്തോടൊന്നമർത്താൻ ഞാനാശിച്ചു. അവളെ തലോടാൻ പോലും ആയില്ല. പെട്ടെന്നവൾ തലയുയർത്തി, മുഖം തുടച്ച്, മുടിയൊതുക്കി പറഞ്ഞു: "നമുക്ക് പുറപ്പെടാം അച്ഛാ."

ഞാൻ പുറത്തുപോയി: "ശരി മോളേ."

ഇതുപോലെ ഒരു പുറപ്പാട് എന്റെ ജീവിതത്തിലുണ്ടായിട്ടില്ല. സന്തോഷമോ വേദനയോ ഞാനനുഭവിക്കുന്നതെന്നെനിക്ക് വേർതിരിച്ചറിയാൻ കഴിഞ്ഞിരുന്നില്ല. ഒരേ നേരം ഉണർച്ചയ്ക്കും തളർച്ചയ്ക്കും ഞാനടിപ്പെട്ടു. ഞങ്ങൾ പുറപ്പെട്ടു. ബസ്സിലിരിക്കുമ്പോൾ അവളുടെ ചെമ്പിച്ച കുറുനിരകൾ എന്റെ നെറ്റിയിൽ പിണഞ്ഞു. അതവളുടെ മൗനചോദ്യങ്ങളായ് മാറി. എനിക്കാവേശമേറി. ബസ്സിറങ്ങി. നടത്തമായി. കുന്നിൻചരിവിൽ

നിന്നും കാടുകേറിത്തുടങ്ങി. മോളുടെ തിളച്ചുമറിയുന്ന മനസ്സ് എന്നെ ഉണർത്തി. ഞാൻ പറഞ്ഞുകൊണ്ടേയിരുന്നു. "മോളേ, ബാക്കിയായ കാടിന്റെ ഒരുതുണ്ടമിതാ. നന്മയുടെ ഒരു തുണ്ടം. തുടക്കത്തിൽ കണ്ടില്ലേ. ചില മരങ്ങൾ ആകാശം തുളച്ചുയർന്നത്. അല്പായുസ്സേ അവയ്ക്കുള്ളൂ, അവ മണ്ണിൽ നനവുപിടിച്ചു നിർത്തും. പുല്ലു കിളിർക്കും. പുൽത്തകിടിയിൽ ജീവജാലങ്ങളുടെ തുടിപ്പുണരും. കിളിവന്നു കൂടുകൂട്ടും. കാട്ടുമരത്തിന്റെ വിത്തുകൊണ്ടുവന്നിടുകയായി. അത് മുളച്ചു പൊങ്ങിപ്പടർന്ന് കേറി വൻമരമാകുമ്പോഴേക്ക് ഈ ആദ്യമരങ്ങളുടെ ജന്മം സഫലമായി. മൺപറ്റിത്തുടങ്ങുമ്പോൾ അവയുടെ ആത്മാക്കൾ അടുത്ത നിയോഗത്തിനനുസരിച്ചു പ്രയാണം തുടങ്ങും. പിന്നെ, കായ്കനികളെമ്പാടും നിറയുമ്പോൾ പറവകളും മൃഗങ്ങളുമൊക്കെ വന്നെത്തും. നീരൊഴുക്ക് സജീവമാവും. ഇവിടെയുള്ളവർക്കിടയിലും കീഴ്പെടുത്തലും കൊലയുമുണ്ടെങ്കിലും, ഒന്നും അത്യാർത്ഥിയാലല്ല. ഒന്ന് മറ്റൊന്നിനോടിണങ്ങിക്കിടക്കുന്നതറിയുമ്പോഴേ, ചേരുവയുടെ പൂർണ്ണത അറിയാനാവൂ. കാട്ടുമനുഷ്യർ സ്വയം ശപിച്ചും, മാപ്പിനായ് പ്രാർത്ഥിച്ചുമായിരുന്നു മോളേ, ഒരു മൃഗത്തെ അമ്പെയ്തു വീഴ്ത്തിയത്. അതും ഒരു വഴിയും കാണാതാവുമ്പോൾ. ഒന്നും നാളേക്ക് സൂക്ഷിക്കാനോ മറ്റൊരാളിന് വിലയ്ക്ക് കൊടുക്കുവാനോ ആയിരുന്നില്ല. അതാണ് ചേരുവയുടെ സമ്പൂർണ്ണത. കേട്ടോ....ആ കിളി ഒച്ചവച്ചത്? നമ്മുടെ ലോകത്തിലിതാ രണ്ടപരിചിതർ എത്തിയിരിക്കുന്നു എന്ന മുന്നറിയിപ്പാണത്. ഒരണ്ണാനോ വേറൊരു പറവയോ അത് കൈമാറും. കാടാകെ സന്ദേശം പരക്കും. എല്ലാവരും നമ്മളപകടകാരികളാണോ എന്ന് നോക്കുന്നുണ്ടാവും. ഉള്ള് നിർമ്മലമാണെങ്കിൽ ഭയമേതും വേണ്ട മോളേ. മനസ്സിന്റെ വാതിലുകൾ തുറന്നിടണം. ഈ വ്യവസ്ഥിതിയിൽ, നാം ഒരു കണികമാത്രമാണെന്ന വിശ്വാസം വേണം. അപ്പോൾ ഈ വിശാലതയിൽ ഞാനൊന്നുമല്ലെന്നും ഈ അനന്തതയിൽ ഞാൻ തന്നെ ഇല്ലാതാവുന്നുവെന്നും അറിയും. ഞാൻ തന്നെയാണീ പച്ചില. ഞാൻ തന്നെയാണീ മാൻപേട.... ഞാൻ തന്നെയാണീ മൺതരിയും. മറ്റൊന്നിന്റെ സുഖദുഃഖങ്ങളറിയുന്ന ആ നിമിഷം ഞാനില്ല, നീയില്ല, മറ്റൊന്നില്ല. എല്ലാമൊന്നാവുന്നു....ഒരൊറ്റമാത്രം മോളേ നീ കേൾക്കുന്നുണ്ടോ മോളേ..... നീയെവിടെ? മോളേ....മോളേ....നീയെവിടെ? നിയെവിടെ?....."

അമ്മയിലെത്താതെ

അത്യാസന്ന സമയം കത്തിക്കുന്ന വിളക്ക്, കാണാനുമറിയാനുമുള്ള വെളിച്ചം നല്കിയില്ല. എല്ലാം പിന്നിലേക്കെറിഞ്ഞ് പായുന്നതിനിടയ്ക്ക് പെട്ടെന്ന് വെളിച്ചം കേട്ടുപോയതാണ്. പറക്കലിന്റെ വേഗതയിൽ ഒരു മുൾക്കൊമ്പിൽ കുരുങ്ങി ചിറകറ്റു ഞാണുകിടക്കുന്നപോലെ. അനിശ്ചിതത്വത്തിന്റെ ഇരുളായി.

സിസ്റ്റർ ഇൻഫന്റയുടെ കൊച്ചുമുഖം ബസിലെ മങ്ങിയ വെളിച്ചത്തിലേക്കുയർന്നു. നൃത്തമാടുംപോലെ വിരലുകൾ ചലിപ്പിച്ചും കൊണ്ട് സിസ്റ്റർ ഇൻഫന്റ പറഞ്ഞു: "പ്രിയപ്പെട്ട പെൺകുട്ടികളേ, കർത്താവ് എന്നെയും നിങ്ങളെയും വെളിച്ചത്തിലേക്ക് നയിക്കട്ടെ. അവനത്രേ പ്രകാശത്തിന്റെ കരകാണാക്കടൽ. ദൈവപുത്രൻ എനിക്കും നിങ്ങൾക്കും വഴികാട്ടിയായിരിക്കട്ടെ. അവനത്രേ നേർമാർഗ്ഗം കാണിക്കാനുത്തമ സഹസഞ്ചാരി."

"സിസ്റ്റർ, എന്താണ് ശരിക്കും സംഭവിച്ചിരിക്കുന്നത്?"

സിസ്റ്റർ ഇൻഫന്റയുടെ വാക്കുകൾക്ക് പിൻചേർന്ന നിശ്ശബ്ദത കീറിമുറിച്ചുകൊണ്ട് ചോദ്യമുയർന്നു. ബസിലതൊരു മുറുമുറുപ്പുണ്ടാക്കി. "ധിക്കാരത്തിനൊരറുതിയില്ലേ? അപകടനേരത്തും അഹന്ത കാണിക്കുകയോ?"

അപ്പോൾ സിസ്റ്റർ ഡിക്ടേറിയയുടെ ശബ്ദം കേട്ടു: "ആരായിരുന്നത്?"

ചോദിച്ചത് സീതയാണെന്നെല്ലാർക്കുമറിയാം. തെറിച്ച പെണ്ണ്, അമ്മയില്ലാത്ത സന്തതി. കുട്ടികളുടെ കണ്ണുകൾ സീതയെപ്പൊതിഞ്ഞു. സീത

എഴുന്നേറ്റു നിന്നു. എല്ലാവരും കേൾക്കെ മാപ്പു പറഞ്ഞു. മറ്റുള്ളവരത് കേട്ട് ശബ്ദമടക്കിയിരുന്നു. അപ്പോൾ സിസ്റ്റർ ഇൻഫന്റ നടനം തുടങ്ങി. "ഓടിക്കൊണ്ടിരുന്ന ബസിലെ വിളക്കണഞ്ഞുപോയെന്ന് എബ്രഹാം പറയുന്നു. പൊയ്പ്പോയ വെളിച്ചം തിരിച്ചകൊണ്ടുവരാൻ എബ്രഹാമും തോമയും കിണഞ്ഞു പരിശ്രമിക്കുന്നുണ്ട്."

സിസ്റ്റർ ഡിക്ടേറിയയുടെ കല്പനയുണ്ടായി: "എല്ലാരും എഴുന്നേറ്റ് നില്ക്കിൻ."

ബസ്സിൽ കാല്പെരുമാറ്റമുണ്ടായി. സിസ്റ്റർ ഡിക്ടേറിയ തുടർന്നു പറഞ്ഞു: "കണ്ണടച്ച് വെളിച്ചത്തിനായ് പ്രാർത്ഥിപ്പിൻ."

എവിടെ വെച്ചാണീ വെളിച്ചം പോയത്? സീത ഓർക്കുകയായിരുന്നു. ഉച്ചയ്ക്ക് സുഖവാസകേന്ദ്രത്തിൽ നിന്ന് പുറപ്പെട്ടതാണ്. അവിടത്തെ തടാകക്കരയിലിരിക്കുമ്പോൾ എബ്രഹാം പറഞ്ഞിരുന്നു. രാത്രിയോടെ തേയിലത്തോട്ടം വക അതിഥിമന്ദിരത്തിലെത്തും. അവിടെ താമസിക്കാനുള്ള ഏർപ്പാടുകൾ യാത്ര പുറപ്പെടുംമുമ്പെ ചെയ്തതുമാണ്. അതിഥി മന്ദിരത്തിനു മുന്നിലെ പടികളിൽ ഒന്നിൽ, മുനിഞ്ഞുകത്തുന്ന റാന്തൽ വിളിക്കോടെ ഒരു സൂക്ഷിപ്പുകാരൻ ഉറക്കം തൂങ്ങിയിരിക്കുന്നത് സീത മനസ്സിൽ കണ്ടിരുന്നു.

സീത ബസിലെ തടിച്ച ചില്ല് മെല്ലെ തള്ളി നീക്കി. തണുത്ത കാറ്റിന്റെ സൂചിമുനകളാരോ പുറത്തുനിന്നെയ്തു. അടുത്തിരുന്ന മറിയം പുതപ്പെടുത്തു മൂടി പിറുപിറുത്തു. സീതയുടെ കാതിൽ കാറ്റുവന്നു മന്ത്രിക്കയായിരുന്നു: 'വരൂ...വരൂ...'കാണാമരങ്ങൾ തലയിളക്കി സ്വാഗതമരുളുന്നു. തണുപ്പിൽ ചുണ്ടുകൾ കവിളിലും കഴുത്തിലും മുത്തമിട്ടു പൊതിയുന്നു. സീത അനുസരണയോടെ തണുപ്പോടമർന്നു.

പെട്ടെന്ന് സീതയുടെ ശ്രദ്ധതെറ്റി. താഴെനിരത്തിലെ കറുപ്പിൽ വെളുത്ത ഒരു നാഗം പുളഞ്ഞുയരുന്നു. കറുത്ത ശിരോവസ്ത്രത്തിനു ചേർന്ന വെളുത്ത കരയിളകി. സിസ്റ്റർ ഇൽഫന്റയുടെ കൊച്ചുമുഖം അപ്പോഴുമെവിടെയോ ഒളിഞ്ഞുകിടന്നു. മുഖവും മനസ്സും അത്യുന്നതങ്ങളിൽ സമർപ്പിച്ച് സിസ്റ്റർ ഇൻഫന്റ പ്രാർത്ഥിക്കയാണ്.

പ്രാർത്ഥനയ്ക്കുത്തരംപോലെ, ഇരുളിന്റെ ഏതോ കൊമ്പുകളിലൊന്നിൽ ഒരു വെളിച്ചപ്പൂ വിരിഞ്ഞു. കരമ്പുതപ്പിലെ ആ വെള്ളിത്തുട്ട് വിറയലോടെ മുന്നോട്ടുവന്നു. സിസ്റ്റർ ഇൻഫന്റ അത് കാണുന്നില്ല. സീത, അറിയാതെ വിളിച്ചു പറഞ്ഞുപോയി. "സിസ്റ്റർ.... വെളിച്ചം....വെളിച്ചം...."

സിസ്റ്റർ ഇൻഫന്റയുടെ കണ്ണുകൾ ആകാശക്കോട്ടയുടെ പടിയിറങ്ങി. ദൂരങ്ങളിലുദിച്ച നക്ഷത്രം അവരും കണ്ടു. സിസ്റ്റർ ഇൻഫൻറ നന്ദിയോടെ മുട്ടുകുത്തി. കുരിശു വരച്ചു. അതുകണ്ട സിസ്റ്റർ ഡിക്ടേറിയ ബസിൽ നിന്നിറങ്ങി. അവരുടെ ആഹ്ലാദശബ്ദം കേട്ട് എബ്രഹാം പണി

നിർത്തി ദൂരേയ്ക്കു നോക്കി. ഉടനെ അസ്വാസ്ഥ്യത്തോടെ പണിയിലേക്ക് മടങ്ങി. അയാൾക്ക് പണിയെടുക്കാൻ ടോർച്ച് മിന്നിച്ച് വെളിച്ചം കൊടുക്കാൻ മറന്ന തോമായോട് എബ്രഹാം ഉച്ചത്തിൽ ദേഷ്യപ്പെട്ടു.

സ്വപ്നാകാശത്തുദിച്ചു അത്ഭുതപ്പിറവിയായി വെളിച്ചം അവർക്കു മുന്നിൽ വന്നിറങ്ങി, പെട്ടെന്ന് വെളിച്ചമണഞ്ഞു. സൈക്കിൾ ചക്രങ്ങളുടെ ശബ്ദം നിലച്ചിരുന്നു. സൈക്കിളിൽ നിന്നൊരാൾ താഴേക്കിറങ്ങി. കാക്കിക്കുപ്പായവും അയഞ്ഞ കളസവുമിട്ട അയാൾ അവരെനോക്കി ചിരിച്ചു. ഉടഞ്ഞു ചിതറിയ ഒച്ചത്തുണ്ടുകൾ പെറുക്കിയേച്ചു കൂട്ടിക്കൊണ്ട് സിസ്റ്റർ ഇൻഫന്റ, തോട്ടം വക അതിഥിമന്ദിരത്തിലേക്കുള്ള ദൂരമന്വേഷിച്ചു. നല്ല രാത്രിയിലൊന്നിൽ കുന്നുമ്പുറത്ത് വന്നിറങ്ങി വെളുത്ത ചിറകുകളൊതുക്കി നില്ക്കുന്ന മാലാഖ പറയുന്നത് അയാൾക്ക് മനസ്സിലായില്ല. സിസ്റ്റർ ഡിക്ടേറിയക്ക് കാര്യം വെളിവായി. അവർ ബസിലേക്ക് തല നീട്ടി സീതയെ വിളിച്ചു താഴെയിറക്കി. തമിഴിൽ അയാളോട് വർത്തമാനം പറയാൻ നിർദ്ദേശിച്ചു. സീത സന്ദേശവാഹകയായി.

മണിക്കൂറുകളിനിയും യാത്ര ചെയ്യാനുണ്ടായിരുന്നു. കേടുപറ്റിയ വാഹനം നന്നാക്കിയെടുക്കാൻ രാത്രിനേരം യാതൊരു വഴിയുമില്ലെന്ന് അയാളിൽ നിന്നറിഞ്ഞപ്പോൾ, വന്നുപെട്ടിരിക്കുന്ന വിഷമസന്ധിയുടെ ആഴങ്ങളിലേക്ക് അവരുടെ വിചാരങ്ങളിറങ്ങി.

പിന്നെ കുറച്ചു നേരത്തേക്കാരുമൊന്നും പറഞ്ഞില്ല.

സീത അയാളുടെ പേരും ജോലിയുമന്വേഷിച്ചു.

അയാൾ കന്തസ്സാമി. അടുത്തുള്ള കാലിവളർത്തു കേന്ദ്രത്തിൽ കാവൽപ്പണി. സുരക്ഷിതത്വത്തിന്റെ താക്കോൽ അടുത്തയാളെ ഏല്പിച്ച് അയാൾ വീട്ടിലേക്ക് മടങ്ങുന്നു.

സീത വെറുതെ ചോദിച്ചു: "രാത്രി തങ്ങാനൊരിടം കിട്ടുമോ?"

കന്തസ്സാമിക്കാവേശമായി. കാലിവളർത്തുകേന്ദ്രത്തിൽ രണ്ട് വിശ്രമമന്ദിരങ്ങളുണ്ട്. സായ്പ്പന്മാരുണ്ടാക്കിയ ബംഗ്ലാവുകൾ ഒരിടത്ത് അമ്പതോളം പേർക്ക് കഴിഞ്ഞുകൂടാം. പക്ഷേ, നേരത്തെ അനുവാദം വാങ്ങേണ്ടിയിരുന്നു.

ആരിൽ നിന്നാണനുവാദം വാങ്ങേണ്ടതെന്നന്വേഷിച്ചു, സീത. കന്തസ്സാമി പറഞ്ഞു: "ഡയറക്ടറിൽ നിന്ന്. പക്ഷേ, അദ്ദേഹം യാത്രയിലാണ്".

പിന്നെയും മൗനമായി. കുറച്ചു കഴിഞ്ഞു കന്തസ്സാമി പറഞ്ഞു: "അസിസ്റ്റന്റ് ഡയറക്ടർക്ക് അത്യാവശ്യ സന്ദർഭങ്ങളിലനുവാദം കൊടുക്കാം."

അദ്ദേഹവും യാത്രയിലാണോ എന്ന് സീത ചോദിച്ചു.

കന്തസ്സാമി ചിരിച്ചുകൊണ്ട്, അദ്ദേഹം അവിടെയുണ്ടെന്ന് പറഞ്ഞു. സിസ്റ്റർ ഡിക്ടേറിയയുടെ മുഖം തെളിഞ്ഞു. അവർ ചോദിച്ചു. "അനുവാദം കിട്ടുമോ?"

“ചോദിച്ചു നോക്കാം.” ഗേറ്റിലെത്തിയാൽ ക്യാബിനിൽ നിന്ന് ഫോൺചെയ്തു ചോദിക്കാം. വേണമെങ്കിൽ ഞാനും വരാം” കന്തസ്സാമി പറഞ്ഞു.

എബ്രഹാമിന് എന്തോ പന്തികേടുണ്ടെന്ന സംശയമായി. അയാൾ സിസ്റ്റർ ഡിക്ടേറിയയെ വിളിച്ചു. മെല്ലെ അതു പറഞ്ഞു. ചതിയുടെ മുന്നറിയിപ്പ് സിസ്റ്റർ ഡിക്ടേറിയ സിസ്റ്റർ ഇൻഫന്റക്ക് കൈമാറി. കുറച്ചുനേരം മിണ്ടാതെനിന്ന്, സിസ്റ്റർ ഇൻഫന്റ ചോദിച്ചു: “വേറെ വല്ല വഴിയുമുണ്ടോ?”

എബ്രാഹാമിന്റെ നാവിറങ്ങിപ്പോയി. സിസ്റ്റർ ഡിക്ടേറിയ പറഞ്ഞു: “ഞാനും തോമയും ഇയാൾക്കൊപ്പം പോയി വിവരമറിഞ്ഞുവരാം.”

കന്തസ്സാമി സീതയോടു കൂടി വരാൻ നിർദ്ദേശിച്ചു. അവർക്കൊപ്പം ആഹ്ലാദത്തോടെ സീതയും ചേർന്നു.

സിസ്റ്റർ ഇൻഫന്റ ബസ്സിൽ കേറി വാതിലടച്ചു പൂട്ടി. എബ്രഹാം ബസിനു മുന്നിൽ അനങ്ങാപ്പാറയായി. അയാൾ മഠം വക ബസിനെ പഴിക്കുകയായിരുന്നു. വർഷം തോറും മഠം കോളേജിലെ കുട്ടികളുമായി അയാൾ യാത്ര നടത്തുന്നു. ആദ്യമായൊരു നൂലമാലയിൽ കുരുങ്ങിയതാണ്. ഉറഞ്ഞുപോയ വെളിച്ചത്തിന്റെ പ്രവാഹം എബ്രഹാമിൽ അതിരറ്റ സങ്കടത്തിന് കാരണമാക്കി.

ബസിനകത്ത് നിറഞ്ഞ മൗനം. വീണ്ടും ദൂരെ വെളിച്ചം കണ്ടതോടെ വഴിമാറി. സിസ്റ്റർ ഇൻഫന്റ അറിയാതെ കുരിശുവരച്ചു പോയി.

അപ്പോൾ കിതച്ചുകൊണ്ട് കന്തസ്സാമി ബസിന് മുന്നിൽ സൈക്കിളിറങ്ങി. സൈക്കിൾ അരയോട് ചേർത്തുവെച്ച്, കൈകളുയർത്തി ആഹ്ലാദം പ്രകടിപ്പിച്ചു. അപ്പോൾ എബ്രഹാം മുന്നോട്ടു വന്ന് അയാളോട് ചോദിച്ചു: “അവരെവിടെ?”

കിതപ്പിനിടയിൽ അയാൾക്കുത്തരം നൽകാനായില്ല. അയാൾ ടോർച്ചെടുത്തു പിന്നിലേക്ക് വെളിച്ചം വീഴ്ത്തി. വൃത്താകാര പ്രകാശത്തിൽ ദൂരെ മൂന്നു കറുത്ത രൂപങ്ങളുയിർക്കൊണ്ടു.

സിസ്റ്റർ ഡിക്ടേറിയ അനുവാദം കിട്ടിയ വിവരമറിയിച്ചു. പിന്നീടവർ എല്ലാവരോടും ബാഗുകളുമായി ബസ്സിൽ നിന്നിറങ്ങി രണ്ടുപേരായി വരി നില്ക്കാൻ കല്പിച്ചു. എബ്രഹാമിനോടും തോമയോടും അടച്ചുപൂട്ടി അവർക്കൊപ്പം വരാനും നിർദ്ദേശിച്ച എബ്രഹാം ബസ്സിൽ തന്നെ കിടന്നുറങ്ങാമെന്ന് ശഠിച്ചു. സിസ്റ്റർ ഡിക്ടേറിയ സമ്മതിച്ചില്ല.

ബസിലെ മങ്ങിയ വെളിച്ചത്തിൽ കുട്ടികൾ അവരവരുടെ ബാഗുകൾക്കായി പരതുകയായി. കട്ടിയായ മൗനം വീണ്ടുമൊന്നലിഞ്ഞു.

കന്തസ്സാമി സൈക്കിളുരുട്ടി മുന്നിൽ നടന്നു. തൊട്ടുപിന്നിൽ തുണിസഞ്ചികൾ തൂക്കി സിസ്റ്റർ ഡിക്ടേറിയയും സിസ്റ്റർ ഇൻഫന്റയും. വെളിച്ചമില്ലായ്മയിലും അനുസരണയോടെ കുട്ടികളും അവർക്കു പിന്നിൽ

എബ്രഹാമും തോമയും നടന്നുതുടങ്ങി. എബ്രഹാം കൂടുതൽ മൗനിയായി മാറിയിരുന്നു.

ഗേറ്റുകടന്ന അവർക്കുമുന്നിൽ മദ്ധ്യവയസ്കനായ ഒരാൾ ജീപ്പിൽ വന്നിറങ്ങി: “ഞാൻ ഗോപകുമാർ. അസിസ്റ്റന്റ് ഡയറക്ടർ.....”

സിസ്റ്റർ ഡിക്ടേറിയ അത്യാപത്തിൽ ചെയ്യുന്ന സഹായത്തിന് രണ്ടു തവണ നന്ദി പറഞ്ഞു. അയാൾ വെറുതെയൊന്നു ചിരിച്ചു. പിന്നെ കന്തസ്സാമിയോട് പൊയ്ക്കൊള്ളാൻ നിർദ്ദേശിച്ചു. ഭവ്യതയോടെ കന്തസ്സാമി അതനുസരിച്ചു. സൈക്കിളെടുത്ത് തിരിച്ചുവച്ചു, ഉരുട്ടിക്കൊണ്ട് ഗേറ്റിലേക്ക് നടന്നുതുടങ്ങി. പെട്ടെന്ന് സിസ്റ്റർ ഇൻഫന്റ സിസ്റ്റർ ഡിക്ടേറിയയോടക്കം പറഞ്ഞു. സിസ്റ്റർ ഡിക്ടേറിയ പേഴ്സു തുറന്നൊരു നോട്ടെടുത്തു മടക്കി സീതയെ ഏല്പിച്ചു. സീത മനസ്സില്ലാമനസ്സോടെ അതുവാങ്ങി, ഗേറ്റിലേക്ക് നടന്നു. കന്തസ്സാമിയെ വിളിച്ചുനിർത്തി, അതു നീട്ടി. കാര്യമറിഞ്ഞ് ദേഷ്യത്തോടെ കൈതട്ടിമാറ്റി അയാൾ തിടുക്കത്തിൽ ഗേറ്റു കടന്നു. സൈക്കിളിൽ കേറി, ഇരുളിൽ മറഞ്ഞു.

ഇരുളൊടുങ്ങിത്തീർന്നില്ല. സീത വിശ്രമമന്ദിരത്തിലെ മുറിയിൽ തിരിഞ്ഞും മറിഞ്ഞും കിടന്നു. അസ്വാസ്ഥ്യത്തിന്റെ രാത്രിയായിരുന്നു സീതയ്ക്ക്. മുറ്റത്തുനിന്നാരോ ചൂളമടിച്ചു വിളിക്കുന്നു. സീത എണീറ്റിരുന്നു. ഒച്ചവയ്ക്കാതെ ജനൽശീല മാറ്റി. ചില്ലിനപ്പുറം ഇരുണ്ട പച്ചപ്പ്. മരങ്ങൾക്കിടയിലും പുൽപ്പടർപ്പിലും മഞ്ഞു മേഘങ്ങൾ കുമിഞ്ഞുകൂടിക്കിടപ്പായിരുന്നു.

സീത ഇരുളിലും കാഴ്ച കണ്ടു. കട്ടിലിലിരുന്നു ആദ്യരോദനത്തിന്റെ പ്രതിധ്വനി കേട്ടു. ജനൽപ്പാളികൾ തുറന്നു. ശ്വാസം മുട്ടിക്കിടന്ന തണുത്ത കാറ്റ് പുറത്തുനിന്ന് തള്ളിക്കേറി. രാക്കിളിയേതോ അവസാന ഈരടി പാടി.

എല്ലാം സീതയെ വിളിക്കുന്നു.

മരങ്ങളുലഞ്ഞു. ആരവമായി. സീതയെ വിളിക്കുകയാണ്. മഞ്ഞുതുള്ളികൾ വിതറിയും പൂമണം പരത്തിയും സീതയെ വിളിക്കുന്നു: 'വരൂ.... വരൂ....'

സീതയ്ക്കിരിക്കാനായില്ല. എണീറ്റു വാതിൽ തുറന്നു. അപ്പോഴും, കട്ടിലുകളിൽ കൂട്ടുകാർ മൂടിപ്പുതച്ചുറക്കത്തിലായിരുന്നു. ഇടനാഴിയിൽ മങ്ങിയ വെളിച്ചം താഴെ വീണുമയങ്ങുന്നു. വാതിലുകളെല്ലാം അടഞ്ഞുകിടപ്പാണ്. സീത സ്വീകരണ മുറിയിലെത്തി. കാർപ്പെറ്റിനുമീതെ, തടിച്ച കമ്പിളിപ്പുതപ്പിട്ട് മൂടി എബ്രഹാമും തോമായും ഉറങ്ങുന്നു.

സീത പുറത്തേക്കുള്ള ചില്ലുവാതിലിന്മേൽ മുഖമമർത്തി. പുറത്തുനിന്നു മായികമായ പ്രാകൃതതാളം സീത കേട്ടു. അത് സീതയെ വിളിക്കുന്നു.

രാത്രിക്കു മീതെ ഉദയപ്രകാശം വന്നുവീണു. നേർത്ത മഞ്ഞുമൂടിക്കിടക്കുന്ന പച്ചപ്പ് സീതയെ മാടിവിളിച്ചു: "വരൂ...വരൂ..."

സീത വാതിൽ തുറന്നു പുറത്തേക്കിറങ്ങി. വന്യമായൊരു വികാരാവേശത്തിൽ സീത പുൽത്തകിടിയിലേക്ക് പാഞ്ഞുകേറി. വലിയ മരങ്ങളതുകണ്ട് ഇലകൊഴിച്ചു. മഞ്ഞിൻകണങ്ങൾ വിതറി. മുത്തുമണികളായവ ചിതറി വീണ് സീതയുടെ കവിൾ നനഞ്ഞു. കാൽത്തണ്ടയിൽ നനുത്ത പാമ്പുകളെമ്പാടും ഇഴഞ്ഞു. എങ്ങോട്ടെന്നില്ലാതെ സീത നടന്നു കേറി.

എത്തിപ്പെട്ടത്, ആളോളമുയരത്തിൽ പുൽക്കാട് മൂടിയ കുന്നിൻചരിവിലായിരുന്നു. പുളകം കൊള്ളുന്ന പുൽത്തുമ്പുകളെ ഉമ്മവയ്ക്കുന്ന മഞ്ഞുമൂടിയ നീലാകാശം. ആടിപ്പാടി ഉന്മാദം കൊള്ളുന്ന പുൽച്ചെടികൾക്കിടയിലേക്ക് സീത നുഴഞ്ഞുകേറി. സീതയെ മൂടിയ ഇളം പച്ചപ്പട്ട് ആനന്ദ നിർവൃതിയിൽ ത്രസിച്ചുകൊണ്ടിരുന്നു.

അപ്പോൾ അതുവരെ കണ്ടിട്ടുപോലുമില്ലാത്ത അമ്മയുടെ സ്പർശം സീത അറിഞ്ഞു. നിർവൃതി കൊണ്ടു. സീത എങ്ങോട്ടെന്നറിയാതെ പുൽച്ചെടികൾക്കിടയിൽ പൂളാൻകുത്തി. തെന്നിവീഴുമ്പോൾ എണീറ്റു പാഞ്ഞു. ചേലയുടെ അറ്റം എവിടെയോ കുരുങ്ങിയതോ ചുരുളഴിഞ്ഞ് നീങ്ങിയതോ സീത അറിഞ്ഞില്ല. പച്ച വാളുകൾ മേലാകെ ചോരപ്പാടുകളുണ്ടാക്കിയതും സീത കണ്ടില്ല. സീത, ആ പച്ചപ്പിൽ എവിടെയെങ്കിലും കാണാതായ്പ്പോവാൻ പ്രാർത്ഥിച്ചു.

ആ പാച്ചിലിനിടയിൽ സീതയെ ആരോ കൈ നീട്ടിപ്പുല്കി. സീത നിലം പൊത്തി വീണു. ചുവന്ന മണ്ണു പിളർന്നുണ്ടായ ചാലിൽ സീത ഒരു കൈക്കുഞ്ഞായി മണ്ണിൽ മേലൊട്ടിക്കിടന്നു.

അടക്കമില്ലാത്ത ആനന്ദം എണ്ണമറ്റ തളിർ നാമ്പുകളായി. പുൽനാമ്പുകൾക്ക് മീതെ ആദ്യരശ്മികൾ വീണുതുടങ്ങിയിരുന്നു. ഹരിതനിറം പൂണ്ട ഓളങ്ങളെമ്പാടും ആഞ്ഞടിച്ചു. അപ്പോഴും കുറെ മഞ്ഞുമേഘങ്ങൾ പുൽക്കാടിനുമീതെ കാവൽ കിടന്നിരുന്നു.

വെളിച്ചം വീണു, തണുപ്പിൻ പുതപ്പു മാറ്റി. വിശ്രമമന്ദിരത്തിൽ ഓരോരുത്തരായി അനിഷ്ടത്തോടെ എണീറ്റുതുടങ്ങി. തണുത്തവെള്ളം അറച്ചുകൊണ്ട് മുഖത്തൊഴിച്ചു. പല്ലുതേപ്പും പ്രഭാതകൃത്യങ്ങളും നടത്തി. പ്രാർത്ഥനയും പ്രാതലും കഴിഞ്ഞ് യാത്ര തുടരാനുള്ള ഒരുക്കമായി. സിസ്റ്റർ ഡിക്ടേറിയ എല്ലാവരോടും ബാഗുകളുമായി മന്ദിരത്തിന്റെ മുന്നിലെത്താൻ കല്പിച്ചു.

അപ്പോഴേക്കും എബ്രഹാം നിരത്തിൽ നിർത്തിയിട്ട ബസ് വിശ്രമമന്ദിരത്തിന് മുന്നിലെത്തിച്ചു. മുൻ വിളക്കിന്റെ തടിച്ച ചില്ലിന്മേൽ അമർത്തി ത്തടവിക്കൊണ്ടിരുന്നു എബ്രഹാം. വെളിച്ചം തട്ടി ചില്ല് എബ്രഹാമിനെ നോക്കി മന്ദഹസിച്ചു. അപ്പോൾ ഗോപകുമാറിന്റെ ജീപ്പെത്തി. എണ്ണയിട്ട്

കുളിച്ച് വൃത്തിയിൽ മുടിചീകി മഞ്ഞക്കുപ്പായം ധരിച്ച ഗോപകുമാർ അവർക്ക് മുന്നിൽ പുഞ്ചിരിയായി.

കുട്ടികൾ ഗോപകുമാറിന് പ്രഭാതവന്ദനവും നന്ദിയും രേഖപ്പെടുത്തിക്കൊണ്ട് ബസിൽ കേറിത്തുടങ്ങി. ഒരനുഷ്ഠാനംപോലെ തോമ കുട്ടികളുടെ എണ്ണമെടുത്തുകൊണ്ടിരുന്നു. സിസ്റ്റർ ഡിക്ടേറിയ ഗോപകുമാറിനോട് കുശലം പറഞ്ഞു. അപ്പോൾ കന്തസ്സാമി സൈക്കിളിൽ വന്നിറങ്ങി. അയാൾ വല്ലാതെ കിതച്ചുകൊണ്ടിരുന്നു. സൈക്കിൾ മേലോടൊട്ടിച്ചയാൾ ബസിനടുത്തുനിന്നു. സിസ്റ്റർ ഇൻഫന്റ അയാളോടു വർത്തമാനം പറഞ്ഞു. ഉപകാരങ്ങൾക്ക് നന്ദിരേഖപ്പെടുത്തി. അയാൾ സിസ്റ്റർ ഇൻഫന്റയോട് സീതയെവിടെന്നന്വേഷിച്ചു. എണ്ണിത്തീർന്ന തോമ, സംശയത്തോടെ അവിടെയുമിവിടെയും നോക്കുകയായിരുന്നു തോമ ബസിനകത്തേക്ക്പാഞ്ഞുകേറി. സീതയെപ്പരതി. ആ വേവലാതി പെട്ടെന്നെല്ലാവരിലേക്കും വ്യാപിക്കുകയും ചെയ്തു. ബസിലോ വിശ്രമമന്ദിരത്തിലെ മുറികളിലോ സീതയെ കണ്ടില്ല.

സീതയെവിടെ?

ഒരുൾവിളി കേട്ടപോലെ, സൈക്കിൾ താഴേക്കിട്ട് കന്തസ്സാമി വിശ്രമമന്ദിരത്തിനു ചുറ്റും ഓടി. പിന്നെ തോട്ടത്തിൽ നിന്നൊരു മുളവടിയെടുത്തു പുൽപ്പരപ്പിലേക്ക് പാഞ്ഞു. പിന്നാലെ തോമയും ഓടി.

മറിഞ്ഞുവീണ സൈക്കിളിനു പിന്നിൽ കെട്ടിവെച്ച പൊതിയഴിഞ്ഞ്, ജമന്തിപ്പൂമാല നിലത്തു കിടക്കുന്നു. സൈക്കിൾ ചക്രം ഒച്ചവെച്ച് കറങ്ങിക്കൊണ്ടേയിരുന്നു.

കുറേക്കഴിഞ്ഞ് സീതയുമായ് കന്തസ്സാമിയും തോമയുമെത്തി. നാലുപാടും പാഞ്ഞുപോയവരും തിരിച്ചെത്തി.

നനഞ്ഞ് കുതിർന്നു മണ്ണുപറ്റി ചെളിപുരണ്ട് സീത അവർക്കുമുന്നിൽ നില്ക്കുന്നു. സിസ്റ്റർ ഇൻഫന്റ തിടുക്കത്തിൽ ഒരു തോർത്തുമുണ്ടെടുത്ത് കവിളിലേയും ചുണ്ടിലേയും ചളി തുടച്ചു. മണ്ണു തട്ടി. പുതപ്പെടുത്തു സീതയെ പുതപ്പിച്ചു. അതു കഴിഞ്ഞവർ സാവധാനത്തിൽ കുരിശു വരച്ചു നെടുവീർപ്പിട്ടു.

ഗോപകുമാർ അസ്വാസ്ഥ്യത്തോടെ അങ്ങോട്ടുമിങ്ങോട്ടും നോക്കി. എന്തു പറയണമെന്നറിയാതെ വിഷമിക്കുകയായിരുന്നു. സിസ്റ്റർ ഇൻഫന്റയും സിസ്റ്റർ ഡിക്ടേറിയയും ആദ്യം ഗോപകുമാറിനോടും പിന്നെ കന്തസ്സാമിയോടും യാത്ര പറഞ്ഞു. സിസ്റ്റർ ഇൻഫന്റ തങ്ങളുണ്ടാക്കിയ വിഷമങ്ങൾക്ക് മാപ്പു ചോദിച്ചു.

സീത ബസ്സിൽ ഒരു മൂലയിൽ ഒറ്റയ്ക്കിരിക്കയായിരുന്നു. സീത ആരെയും കണ്ടില്ല. എല്ലാരും സീതയെ മാത്രം നോക്കി. കുട്ടികളപ്പോൾ കൂടുതൽ മൗനം പൂണ്ടിരുന്നു. ആ നിശ്ശബ്ദതയിൽ സിസ്റ്റർ ഡിക്ടേറിയ

യുടെ ശാപവാക്കുകൾ ബസിൽ പൊങ്ങി. ചാപല്യങ്ങൾക്കടിപ്പെട്ട് പെരുമാറുമ്പോൾ മനസ്സിലെ വെളിച്ചം നിശ്ശേഷം കെട്ടുപോവുമെന്നവർ ആവർത്തിച്ചു പറഞ്ഞു. സാവധാനത്തിൽ അവരുടെ മുന്നറിയിപ്പുകൾക്കു മീതെ കുട്ടികളുടെ പിറുപിറുപ്പും മൂളലുകളും ഇഴഞ്ഞുകേറി. ഉച്ചത്തിൽ അപ്പോൾ സിസ്റ്റർ ഡിക്ടേറിയ കല്പിച്ചു: "മിണ്ടാതിരിക്കിൻ".

എബ്രഹാം പാഞ്ഞുകേറി. ബസിളക്കി.

കന്തസ്സാമി സൈക്കിൾ മേലോടൊട്ടിച്ച് തല താഴ്ത്തി നില്ക്കുന്നു. നിഷ്കളങ്കമായ ചിരി വെറുതെ നിലം പൊത്തിക്കൊണ്ടിരുന്നു. ജമന്തിപ്പൂമാല ആരാലുമെടുക്കാതെ നിലത്തുതന്നെ കിടക്കുന്നു.

അരിക്പറ്റി പുറത്തേക്ക് തലവെച്ച് സീത ഇരുന്നു. എതിരേയ്ക്ക് പായുന്ന പച്ചപ്പ് വിളിക്കാതിരിക്കുന്നത് കണ്ട് സീതയ്ക്ക് സങ്കടമായി. അമ്മയുമെന്തേ കൈവെടിഞ്ഞതെന്നോർത്ത് സീതയുടെ അകം നൊന്തു.

മാങ്ങയണ്ടിക്കളി

ചെറുപ്പക്കാരന്റെ കാലിലൊരു മാങ്ങയണ്ടി വന്നുകൊണ്ടു കാല്ക്കീഴിൽ കിടന്നത്, വാരിയെല്ല് വെളിക്കുകാണിച്ചു കുറച്ചുനേരം കിതച്ചു. നാരുകൾ നീങ്ങി വിളറിയ ഒരണ്ടി. ചപ്പിപ്പോയി; ഒട്ടിയ വയറുപോലെ.

സുഖിയനായൊരുവൻ രുചിയറിഞ്ഞു തിന്നു വലിച്ചെറിഞ്ഞ മാമ്പഴത്തിന്റെ അണ്ടിയാവണം. മഴയും വെയിലുംകൊണ്ടു തട്ടിയുടഞ്ഞും ചവിട്ടേറ്റും ദുരിതമറിഞ്ഞ ഭ്രൂണം. അനിശ്ചിതത്വത്തിന്റെ ഒരിടവേളയിൽ, സായംകാലം, തെരുവിൽ പണിയെടുത്തും അന്തിയുറങ്ങിയും കഴിയുന്ന പതിനാലു വയസ്സുകാരനൊരാൺകുട്ടിയുടെ കണ്ണിൽ ചെന്നുപെട്ടതായിരുന്നു.

നിരത്തിലോരം ചാരിക്കിടക്കെ, കുട്ടി കാലുകൊണ്ടിറുക്കിയെടുത്തു തട്ടിനോക്കി, കാലിന്റെ വശം കൊണ്ടൊന്നു തട്ടിനീക്കി, പിന്നാലെ ചെന്നതുവീണ്ടെടുത്ത് മടമ്പിനുള്ളലമർത്തി നീക്കി, പുറംകാലുകൊണ്ടു തോണ്ടിയെറിഞ്ഞ്, കാൽനടക്കാരിലൊരാളിന്റെ കാലിൽ കുരുങ്ങിയ നേരമത് തഞ്ചത്തിൽ നേടിയെടുത്ത്, കൊണ്ടുനടന്ന മാങ്ങയണ്ടി, അയഞ്ഞ കുപ്പായവും പരുപരുത്ത ട്രൗസറുമിട്ട ചെറുപ്പക്കാരന്റെ കാല്ക്കൽ ദീനതയായ് നിലംപറ്റി.

ചെറുപ്പക്കാരൻ സർവ്വകലാശാലയിൽ ചരിത്ര ഗവേഷണവിദ്യാർത്ഥി. നാടുഭരിച്ച ഒരു രാജാവ് യഥാർത്ഥത്തിൽ ദേശസ്നേഹിയോ ധീരയോദ്ധാവോ ആയിരുന്നോ എന്നതയാൾ ചികയുന്നു. മൂന്നരവർഷമായി, വിരുദ്ധപക്ഷങ്ങൾക്കിടയിലൂഞ്ഞാലാടുന്നു. ചെറുപ്പക്കാരനെ, കുട്ടിക്കെന്നാൽ കുറേനേരം നോക്കാൻ പോലുമായില്ല. തള്ളിവന്ന കാറ്റിലവന്റെ ചെമ്പിച്ച മുടിയിഴകൾ പാറി. കണ്ണുമറച്ചു. ഇടതുകൈകൊണ്ടവൻ മുടിയൊതുക്കി തലതാഴ്ത്തി നിന്നു. താഴ്ത്തിയ തല ഒടിഞ്ഞ പൂത്തണ്ടു പോലെ .നേരം

കളായനവനും തോന്നിയില്ല. ചളിയൊട്ടിപ്പിടിച്ചുണങ്ങിപ്പാടുവീണ മെലിഞ്ഞ കാലൊന്നനക്കി, ചെറുപ്പക്കാരന്റെ മൗനാനുവാദം തേടി. തെരുവ് കുട്ടിയുടെ പഴന്തുണിയിൽ പൊതിഞ്ഞുകെട്ടിയ വലതുകാലിലെ തള്ളവിരൽ മാങ്ങയണ്ടി തോണ്ടേണ്ടതായിരുന്നു. ചെറുപ്പക്കാരൻ കുസൃതികാണിച്ചു. അയാൾ കടുംനീല ഷൂകൊണ്ടു ചവിട്ടി മാങ്ങയണ്ടി പിന്നോട്ടു നീക്കി. കുട്ടിയിതു നിനച്ചതല്ല. ചിരിച്ചുപോയവൻ. പിന്നെ വെറുതെ നിരത്തിലേക്കു നോക്കി.

വലതുവശം വിശാലമായ നിരത്താണ്. നടുമുറിച്ചടയാളം വച്ച രണ്ടു. നിരത്തുകളിൽ പല നിരകളായ് വാഹനങ്ങളിരമ്പുന്നു. പിന്നെ, മറുവശം നടപ്പാത. അരികിൽ തണൽ മരങ്ങൾ. ആശ്വാസക്കുളിർമയിൽ നടപ്പാതയോടുചേർന്നുള്ള അരച്ചുമരിൽ നേരംപോക്കിനെത്തിയവരും ഗൗരവത്തിൽ വർത്തമാനം പറയുന്നവരും പോയ്മറഞ്ഞ നാളിൽ കിണർ തോണ്ടി ഒറ്റപ്പെട്ടിരിക്കുന്നവരും കുത്തിയിരിക്കുന്നു. അപ്പുറം ചുവന്ന ചായം പൂശിയ നീതിന്യായക്കോടതിയുടെ പഴയകെട്ടിടം. ഉച്ചയോടെ അവിടെ ഒച്ചയടങ്ങുന്നു. പിന്നെ പാറാവുകാരുടെ അനക്കം മാത്രം. പോയവർ രാപ്പണി ഏറെ നടത്തി വെട്ടും തടവും വശമാക്കി സത്യവിധിക്കായ് അടുത്ത ദിവസമെത്തുന്നു. കോടതിക്കു പിന്നിൽ ഒരു സായ്പ്പിന്റെ പേരിലുള്ള പാർക്കാണ്. പുൽത്തകിടിയും പൂന്തോട്ടവും കളിസ്ഥലവും കൊണ്ട് അവിടമാകെ പരന്നുകിടക്കുന്നു പാർക്ക്. പിന്നിൽ ഒരു വശം മരങ്ങൾക്കിടയിലൂടെ ദൂരെ, നിറം മങ്ങിത്തുടങ്ങിയ ഒരു ദേവാലയം തുറിച്ചു നോക്കുന്നു.

നടപ്പാതയ്ക്കിടതുവശം പുൽപ്പരപ്പും പൂച്ചെടികളും കൊണ്ടു മനോഹരമാണ്. പനിനീർച്ചെടികളാണധികം. നാനാനിറങ്ങളിൽ പച്ചപ്പ് പുഞ്ചിരിപൊഴിക്കുന്നു. പുൽത്തകിടിയോടു ചേർന്ന് അരയാളുയരത്തിൽ ഇടതിങ്ങി വളർത്തിയ ചെടി വെട്ടി വെടിപ്പാക്കി പച്ചുമരായ് മാറ്റിയിരിക്കുന്നു. പിന്നെ കോൺക്രീറ്റിട്ടുറപ്പിച്ച വിശാലമായ തടം. അരികുകളിൽ വരയിട്ടു വച്ചേടം വാഹനങ്ങൾ അണിയായി നിർത്തിയിരിക്കുന്നു. കാക്കിയുടുപ്പും തലപ്പാവും അണിഞ്ഞ കൈയിൽ ലാത്തിവടിയുമേന്തിയ കാവൽസേന സാധാരണക്കാരെയാരെയും അകത്തേക്ക് കയറ്റിവിടുന്നില്ല. പടി കേറാനനുവദിക്കുന്നുമില്ല. കരിങ്കല്ലുകൊണ്ടു പടുത്ത കൂറ്റൻ പടികൾ വിസ്തൃതമായ കോലായയിൽ ചെന്നെത്തുന്നു. അവിടെ വലിയ വാതായനത്തിനിരുവശം കൊടുംതൂണുകൾ, തുറന്നവായിൽ അണപ്പല്ലുകളായ്ക്കിടക്കുന്നു. ഇരുവശങ്ങളിലും വ്യാപിച്ചു കിടക്കുന്ന ഭരണമന്ദിരം, മണ്ണാകെ. മാനംമുട്ടെ.

ദൃശ്യസാദ്ധ്യതകളിലും അതിനു പിന്നിൽ തിളയ്ക്കുന്ന രാഷ്ട്രീയാംശങ്ങളിലും മനസ്സിറക്കി, പാകപ്പെടുത്തിയെടുത്തു താനൊരിക്കൽ നടത്തുമെന്നുറച്ചു വിശ്വസിക്കുന്ന ചലച്ചിത്രത്തിന്റെ സ്വപ്ന രചനയിൽ സ്വയം മറഞ്ഞുനില്ക്കുകയായിരുന്നു വേറൊരു ചെറുപ്പക്കാരൻ. ജന്തുശാസ്ത്രത്തിൽ, നട്ടെല്ലില്ലാത്ത ചില പ്രത്യേക ജീവികളുടെ തലച്ചോ

റിൽ കഠിന ശൈത്യമുണ്ടാക്കുന്ന പ്രത്യാഘാതങ്ങളെക്കുറിച്ചാണയാൾ ഗവേഷണം നടത്തുന്നത്. ഈ പഠനത്തിന്റെ പ്രായോഗികത അയാളുടെ പ്രൊഫസർ പലകുറി ആവർത്തിച്ചിരിക്കുന്നു. യുദ്ധം പൊട്ടിപ്പുറപ്പെട്ടാൽ രാജ്യത്തിനെമ്പാടും പടയാളികൾ വേണ്ടിവരും. തെക്കൻനാടുകളിലെ കൊടും ചൂടിലുരുകിയ മനുഷ്യർ പടയാളികളായ് വടക്ക് കഠിന തണു പ്പിലേക്ക് പറിച്ചുനടേണ്ടിവരും. രാഷ്ട്രത്തെ കാത്തുസംരക്ഷിക്കാനീ ഗവേ ഷണഫലം സഹായമരുളും. രാജ്യരക്ഷാവകുപ്പിന്റെ ധനസഹായം ഈ പ്രോജക്ടിന്റെ പേരിൽ പ്രൊഫസർക്ക് കിട്ടുന്നു. ചെറുപ്പക്കാരനതിലൊരു പങ്ക്. അയാളുടെ കൂട്ടുകാർക്കതറിയാം. കൂട്ടുകാർ കുറിയവനായ അയാ ളോടു പറയാറുണ്ട്: 'റാസ്ക്കൽ; സമയം പാഴാക്കാതെ പോയ് ഗവേഷണം ചെയ്യ്. ഉടനെയെങ്ങാനും യുദ്ധം പൊട്ടിപ്പുറപ്പെട്ടാൽ നാട്ടിന്റെ സ്ഥിതി യെന്ത്?"

ചെറുപ്പക്കാരന്റെ ദൃശ്യാടനം വീണുടഞ്ഞുപോയി. എടാ ജന്തു എന്ന ലറി, മാങ്ങയണ്ടി, കൂട്ടുകാരൻ കുറിയവനു നേരെ തട്ടിക്കൊടുത്തു. കുട്ടി ഇളിഭ്യനായി. വിളർത്ത ചിരിയെന്നിട്ടും മാഞ്ഞില്ല. വിഷമസന്ധിക്കൊ രവസാനം കൊതിച്ച്. പിന്നെ കുട്ടി കുറിയവന്റെയടുത്തേക്കു നീങ്ങി. മാങ്ങ യണ്ടിക്കായ് കുനിഞ്ഞു. കുറിയവൻ ശങ്കിച്ചില്ല. കൂട്ടുകാരനതു തട്ടിക്കൊ ടുത്തു പിന്നെ കുട്ടിക്കെന്തു ചെയ്യണമെന്നറിയാതായി. അവൻ തലയു യർത്തി. ഇരുണ്ടു തുടങ്ങിയ ആകാശം ഭരണമന്ദിരത്തിന്റെ കിരീടത്തിനു മീതെ കനം പേറിക്കിടന്നു.

ചരിത്രവിദ്യാർത്ഥി മാങ്ങയണ്ടി കാലുകളിലങ്ങോട്ടുമിങ്ങോട്ടും തട്ടി രസിക്കുകയാണ്. പരുപരുത്ത തറയിലൊരു പ്രാകൃതനടനവും താളവും ഉണ്ടായി. കുട്ടിക്ക് ആ ചടുല ചലനം ഇഷ്ടമായി. എന്നാൽ മാങ്ങയണ്ടി എത്രയും വേഗം വീണ്ടെടുക്കാനായിരുന്നു അവനാഗ്രഹം. ഒരിക്കൽ കുട്ടി ശ്രമം നടത്തി, പാഴായി. ചരിത്രവിദ്യാർത്ഥി അണ്ടി കുറിയവനു തട്ടിനീ ക്കി. കുറിയവൻ കൂട്ടുകാരന്റെ ചിരിയേറ്റുവാങ്ങി. കുട്ടിയുടെ കണ്ണിൽ കനം തൂങ്ങി. ചുണ്ടുവരണ്ടു. മുട്ടുവിറച്ചു. കറുത്ത പരുപരുപ്പിൽ നിന്നവന്റെ നോട്ടം കരേറിയതുമില്ല. നിസ്സഹായതയുടെ നോട്ടം വിശുദ്ധിയുടെ വിതുമ്പലായി.

മൗനിയായി മൂന്നാമതൊരുത്തൻ അരച്ചുമരിൽ കുത്തിയിരിപ്പുണ്ടാ യിരുന്നു. പശ്ചിമഘട്ടങ്ങൾക്കിടയിലെ ഒരു കാട്ടുവർഗ്ഗക്കാർക്കിടയിൽ വന്ന സാമൂഹിക മാറ്റത്തെക്കുറിച്ചു സമൂഹശാസ്ത്രപഠനം നടത്തുന്നു അയാൾ. അതിലയാൾക്കൊട്ടും താല്പര്യമില്ല. സമൂലമായ ഒരു മാറ്റമാ ണയാളുടെ അന്തിമസ്വപ്നം. അതു നടന്നുകാണാനാവാത്ത ധാർമ്മിക രോഷം അയാളെ മൗനിയാക്കുന്നു. ജനാധിപത്യത്തിന്റെ നാളുകളിലും പണിതുയർത്തിയ സെക്രട്ടേറിയറ്റുകൾക്കും പഴയ കോട്ടകൊട്ടാരങ്ങളു ടെതന്നെ നിഗൂഢത അടിത്തറയെന്നുള്ള വിചാരത്തിലിരിക്കുകയായിരു ന്നന്നേരം. കൂട്ടുകാരുടെ മാങ്ങയണ്ടിക്കു മീതെ പടുത്തുയർത്തിയ ആധി പത്യം കൂടി കണ്ടപ്പോൾ അയാളൊരു തീപ്പൊരിയായി കൂട്ടുകാർക്കിട

യിൽ പാറിവീണു. ഒരൊറ്റ നിമിഷം കൊണ്ടു മാങ്ങയണ്ടിക്കു മീതെ സർവ്വാധിപത്യം സ്ഥാപിക്കുകയും ചെയ്തു.

കുട്ടിയിലാഹ്ലാദം പതഞ്ഞുപൊങ്ങി. ഇരുൾ പരന്നുതുടങ്ങിയ കണ്ണുകളിൽ വർണ്ണഗോളങ്ങൾ മിന്നിക്കറങ്ങി. ഒച്ചവച്ചാനന്ദം കൊള്ളുന്ന സമൂഹശാസ്ത്രം വിദ്യാർത്ഥിയുടെ നേരെ 'എടാ ആദിവാസി' എന്നോർത്തുകൊണ്ടു കുറിയവനപ്പോൾ കുതിച്ചു കയറി. അങ്ങനെയൊരു മുന്നേറ്റം നേരത്തെ കണക്കാക്കിയിരിക്കണം. സമൂഹശാസ്ത്ര വിദ്യാർത്ഥി സാമർത്ഥ്യത്തിലൊഴിഞ്ഞുമാറി. അണ്ടിയുമായ് സുരക്ഷിതമായൊരു സ്ഥാനത്തുവന്നു നിന്ന് അയാൾ പറഞ്ഞു: എടാ കുള്ളാ....പോയി നിന്റെ ഗവേഷണം തീർക്ക....ഉടനെയെങ്ങാനും യുദ്ധം പൊട്ടിപ്പുറപ്പെട്ടാൽ...."

അതു കേട്ടപാതി കുറിയവനൊരു വെട്ടുപോത്തായി. തല ചരിച്ച് കൈകൾ മുന്നോട്ടാഞ്ഞ് ചീറിയലറി. അപ്പോൾ, 'പിടിയെടാമോനേ' എന്ന മുന്നറിയിപ്പോടെ സമൂഹശാസ്ത്ര വിദ്യാർത്ഥി അണ്ടി കുട്ടിക്കിട്ടുകൊടുത്തു. കുട്ടിയതേറ്റുവാങ്ങി. ആവേശവുമായി. എന്നാൽ പെട്ടെന്നു, പിന്നീലൂടെ പാഞ്ഞുകയറി, ഒരട്ടിമറിയിലെന്നപോലെ, കുട്ടിയെപ്പിടിച്ചു തള്ളി ചരിത്ര വിദ്യാർത്ഥി അണ്ടി കാല്ക്കലാക്കി. കുട്ടിയുടെ കാലിലയാൾ അമർത്തിച്ചവട്ടിയിരുന്നു. വേദനയിലവൻ എരിപൊരികൊണ്ടു. പിന്നെ തള്ളവിരലിൽ കെട്ടിയ പഴന്തുണി ചുവന്നു നനഞ്ഞു തുടങ്ങി.

"ഞാനെത്രനേരമായി നിങ്ങളെയും നോക്കി അലയുന്നു തെണ്ടികളേ" എന്നും പറഞ്ഞു വേറൊരുവൻ, നാലാമൻ, പാതയിൽ വന്നെത്തി. രാഷ്ട്രമീമാംസാവകുപ്പു തലവനായ, തന്റെ ഗവേഷണ മേൽനോട്ടക്കാരൻ അദ്ധ്യാപകന്റെ ക്രൂരകൃത്യങ്ങളുടെ പുതിയൊരദ്ധ്യായം പറഞ്ഞറിയിക്കാൻ പാഞ്ഞുവന്നതായിരുന്നയാൾ. മൂവർക്കിടയിലൊരു കുട്ടിയും നടുവിൽ പിടിയുന്ന മാങ്ങയണ്ടിയും കണ്ടു അയാൾ കണ്ണുതുറിച്ചുനിന്നു. എനിക്കൊപ്പം സംഘം ചേര് സഹോദരാ എന്നാവശ്യപ്പെട്ടു സമൂഹശാസ്ത്ര വിദ്യാർത്ഥി അയാളോടടുത്തു. വന്നയാളിന് അധികമൊന്നും ആലോചിക്കാനുമുണ്ടായിരുന്നില്ല. സംഘമായവരിരുവരും ചരിത്രവിദ്യാർത്ഥിയെ നേരിട്ടു, അണ്ടി വീണ്ടെടുത്തുകതന്നെ ചെയ്തു. അവരെ പ്രകോപിപ്പിക്കാൻ സമൂഹശാസ്ത്ര വിദ്യാർത്ഥി അണ്ടി കൂട്ടുകാരനിട്ടുകൊടുക്കുകയും, തിരിച്ചുവാങ്ങി തഞ്ചത്തിൽ വൈകാതെ വീണ്ടും തട്ടിക്കൊടുത്ത്, അടുത്ത് ഊഴം കാത്തുനില്ക്കുകയും ചെയ്യുകയാണ്. കുറിയവനും ചങ്ങാതിയുമവർക്കു മുന്നിൽ ചാടി വീണു. ഉന്തും തള്ളുമായി. അതിനിടയിലാരുടെയോ കാല്തട്ടി കുട്ടി തെറിച്ചുവീണു. കാൽമുട്ട് മുറിഞ്ഞു. ചോരപൊടിഞ്ഞു. പിന്നെ കുട്ടിയവിടെനിന്നില്ല. നീറുന്ന വേദനയുമായ്, പേടിയോടെ ചെറുപ്പക്കാരെ നോക്കി പുതിയൊരു മുറിവുമായ് അവൻ പാതയിൽ നടന്നുമറഞ്ഞു.

പിടിവലിക്കിടയിൽ അണ്ടിതെറിച്ചു വഴിയെ നടന്നുപോയിരുന്നതടിച്ചൊരു സ്ത്രീയുടെ വെളുത്തകണങ്കാലിൽ ചെന്നുകൊണ്ടു. നന്നേ നൊന്തു. തിരിഞ്ഞുനിന്നവർ ഉച്ചത്തിൽ ശകാരം ചൊരിഞ്ഞു. കുറിയവ

നപ്പോൾ വിനയാന്വിതനായി. ''മഹതീ ഞങ്ങൾ മാപ്പു ചോദിക്കുന്നു. ക്ഷമിക്കണം. ക്ഷമിക്കണം'' എന്നു പറഞ്ഞടുത്തുചെന്നു. തഞ്ചത്തിലവരെ പിടിച്ചുനീക്കി അണ്ടി കാല്ക്കലൊക്കി ദൂരേക്കുമാറി പിടഞ്ഞുതുള്ളി. ചിരി കൂട്ടുകാരും പങ്കുവച്ചു. സ്ത്രീ കോപം കൊണ്ടെരിതീയായി. പല്ലുകളിറുമ്പി. കാർക്കിച്ചു തുപ്പി, തെറിയുതിർത്തു. പിന്നെ ചെറുപ്പക്കാരെ ശപിച്ചും കൊണ്ടു നടന്നു നീങ്ങി. ശാപവാക്കുകൾ നടപ്പാതയിൽ നാഗങ്ങളായിയിഴഞ്ഞു.

ഭരണമന്ദിരത്തിൽ നിന്നും നല്ല വെളുത്ത വസ്ത്രം ധരിച്ചവർ പടിയിറങ്ങിത്തുടങ്ങി. തെരഞ്ഞെടുക്കപ്പെട്ടവർ. വലിയ വാതിലിനു കീഴെ കാവൽക്കാർ നടുകുനിച്ചു. ഒന്നും കാണാനോ അറിയാനോ നിൽക്കാതെ ധൃതിയിൽ ചിലർ താഴോട്ടിറങ്ങി. കാറുകളിൽ കേറി മിന്നിമറഞ്ഞു. ചിലരപ്പോഴും അവിടെയുമിവിടെയും സ്വകാര്യവൃത്തം പണിതു.

ഭരണമന്ദിരത്തിന്റെ നിഴൽ നിരത്തുമൂടി എതിർഭാഗം പൂകിയിരുന്നു. മാനത്തിന് ഒറ്റക്കണ്ണായ്ത്തീർന്ന മന്ദിരശിഖിരത്തിലെ ഭീമാകാര ഘടികാരത്തിൽ, കൊത്തിവച്ച അക്കങ്ങളെ ഓരോന്നായ് സമീപിച്ചു നിരാശനായി നിമിഷ സൂചി വ്യഥാന്വേഷണം തുടരുന്നു.

ചെറുപ്പക്കാർ മാങ്ങയണ്ടി കളിക്കുകയാണ്.

സൂര്യന് താഴെ അനാഥർ

ആകാശത്തോടുരുമ്മിക്കിടക്കുന്ന ഒരു കുന്നിന്റെ നെറുകയിലാണ് അനാഥാലയം. കലാപത്തിന്റെ നാളുകളിൽ മുളപൊട്ടിയ അനാഥത്വം പറിച്ചുനട്ട്, ആർക്കും വേണ്ടാത്തൊരിടം കാരുണ്യത്തിന്റെ കുന്നാക്കിയെ ടുക്കാൻ പണിത സ്ഥാപനമാണ്. അന്നതിന്, ആഴത്തിൽ ഭൂമി തുരന്ന് കിണർ കുത്തി; ആകാശം തുളച്ച് മിനാരംവെച്ച് പള്ളിയുണ്ടാക്കി. എമ്പാടും മുറികളുള്ള കെട്ടിടം പടച്ച് ഇളം പച്ചച്ചായം പൂശി. മുറികൾക്കു പുറത്ത് വിശ്വാസത്തിൽ നിന്നുയിർക്കൊണ്ട കമാനാകൃതിയിലുള്ള വാതി ലുകൾ വരിയൊപ്പിച്ചു വാർത്തു. അതിനോരോന്നിനും പച്ചക്കരയിട്ട് നക്ഷ ത്രവും ചന്ദ്രക്കലയും അടയാളം വെച്ചു. തേനീച്ചക്കൂടുകൾ പോലെ ചേർന്നുകിടക്കുന്ന അറകളിൽ അനാഥകുട്ടികളെ രാപ്പാർപ്പിച്ചു. മുരളാതെ പാർത്തു പോരാൻ പഠിപ്പിക്കുകയും ചെയ്തു.

അനാഥാലയത്തിനകം പച്ച പിടിപ്പിക്കുകയോ തണലേകുകയോ ചെയ്യുന്ന ഒരൊറ്റ മരം പോലുമില്ല. വെയിലുകാഞ്ഞ് കറുത്ത പാറപ്പുറ ങ്ങളും അങ്ങിങ്ങായ് കുറെ കുറ്റിച്ചെടികളും മാത്രമേ കാണാനുള്ളൂ. ആഴ ങ്ങളിലേക്ക് വേര് പായിക്കാൻ പാടുപെട്ട്, പിടിച്ചു നിന്ന വരിക്കപ്ലാവും ഉണങ്ങിപ്പോയി. ഇലകൾകൊഴിഞ്ഞ് ചില്ലകളും കൊമ്പുകളും പോയി, കനിവില്ലായ്മയുടെ കണ്ണുകുത്തിപ്പൊട്ടിക്കാൻ ഒരൊറ്റത്തടിയായ് അതി പ്പോൾ ആകാശത്തേക്ക് തലനീട്ടുന്നു.

കൂർത്ത കുപ്പിച്ചില്ലുകൾ കുത്തനെ പിടിപ്പിച്ച മൂന്നാളുയരത്തിലുള്ള പൂപ്പൽ വന്നു കറുത്ത ചെങ്കൽമതിലാണ്, അനാഥാലയത്തിനു ചുറ്റും. സർവ്വചരാചരങ്ങളുടെ സ്രഷ്ടാവായ അല്ലാഹുവിനെ നമിച്ചും പരലോ കജീവിതത്തിൽ വിശ്വസിച്ചും കഴിയുന്ന നൂറ്റിയറുപതോളം കുട്ടികളാണ്

അനാഥാലയത്തിനകത്തെ പ്രജകൾ. മരണാനന്തരം സ്വർഗ്ഗനരകവിധിയുടെ നേരം നരകത്തിനു മീതെ മുടിനാരേഴായ് ചീന്തി അതിലൊന്നാൽക്കെട്ടിയ പാലത്തിലൂടെ പാട്ടും പാടിപ്പാഞ്ഞുപോവാൻ കുട്ടികൾക്ക് പേടിയില്ല. സർവ്വഭയവും അബ്ദുൽഹഖ് എന്ന മനുഷ്യനേയാണ്. ഈ കോട്ടയിലെ രാജാവാണ് അബ്ദുൽഹഖ് എന്നവർ.

അബ്ദുൽഹഖ് കറുത്തു തടിച്ചിട്ടാണ്. എന്നാൽ തൂവെള്ള കളസവും അരകൈയൻ കുപ്പായവുമേ ധരിക്കൂ. ആ വായിൽ നിന്ന് ചുടുവാക്കുകളേ ഉതിർന്ന് വീഴാറുള്ളൂ. കണ്ണുകളിൽ നിന്ന് തീപ്പാറുന്ന നോട്ടമേ പുറത്ത് വീഴൂ. ഉള്ള് നോവിക്കുന്ന കുത്തുവാക്കും മേല് വേദനിപ്പിക്കുന്ന മരവടിയും അബ്ദുൽഹഖ് എന്നവരുടെ ശീലമായിപ്പോയി. ഈ കാരുണ്യക്കേടിന്റെയും പീഢനങ്ങളുടെയും ഉച്ചിയിലൊരുനാളാണ് അനാഥക്കുട്ടികളിൽ മുഹമ്മദ്, അബ്ദുൽഹഖിന് അബൂജാഹിൽ[1] എന്ന് പേരിട്ടത്. കാര്യങ്ങളെ എളുപ്പം ഉള്ളറിവാൽ തിരിച്ചറിയുന്ന മുഹമ്മദ്, അബ്ദുൽഹഖ് എന്നവർക്കും കൂട്ടാളികൾക്കും വഴികാട്ടിയായിക്കഴിയുന്നവനെയും മനസ്സിലാക്കിയിരിക്കുന്നു. നേർവഴിക്ക് നടക്കുന്നവരെ വഴിതെറ്റിക്കുന്നവൻ. തിന്മകൾക്ക് അരുനില്ക്കുന്നവൻ. ചുവന്ന കുപ്പായം ധരിച്ചോ, നീലത്തൊപ്പിയിട്ട് കിഴവന്റെ രൂപം പൂണ്ടോ വന്നുകൂടുന്നവൻ. ആരും കാണാതെ വന്നുപോവുകയും ആകാശമറവുകളിലെവിടെയോ കഴിഞ്ഞുകൂടി നടത്തിപ്പിൽ നിയന്ത്രണം നടത്തുകയും ചെയ്യുന്നവൻ. അവൻ സാക്ഷാൽ ഇബ്‌ലീസ്[2].

ഇതിനൊക്കെ ഒരറുതിയുണ്ടാവും. ഒരുനാൾ കൊടുങ്കാറ്റ് വീശി എല്ലാം കടപുഴക്കിയെറിയുമെന്ന് മുഹമ്മദിനറിയാം. അതിനായി പൊരുതുന്നവർക്ക് മുന്നിൽ നിത്യാനന്ദത്തിന്റെ സ്വർഗ്ഗകവാടം തുറക്കപ്പെടും. ചിറകുകൾ വിടർത്തി പാറിപ്പറക്കാൻ വേണ്ടിയുള്ള അന്തിമസ്വരം മുഹമ്മദ് സ്വപ്നം കാണുന്നു. ആയൊരു യുദ്ധത്തിൽ, ഭൂതലം തൊടാതെ കുതിരപ്പുറങ്ങളിൽ കൊടും വേഗതയിൽ അദൃശ്യരൂപങ്ങൾ പാഞ്ഞു നടക്കുമെന്നും, കാണാക്കരങ്ങൾ തലകൾ കൊയ്തീടുമെന്നും മുഹമ്മദിനറിയാം. വിശ്വാസം കാത്തു സൂക്ഷിക്കാൻ പടപൊരുതുന്നവർക്ക് ന്യായമായ ആവശ്യനേരം, കണ്ണില്ലാതെ കാണുകയും ചെവിയില്ലാതെ കേൾക്കുകയും ചെയ്യുന്ന പടച്ചവൻ സഹായമെത്തിക്കും. ചോരവാർന്ന

---

1 അബുജാഹിൽ = ഇസ്‌ലാമിന്റെ ആദ്യകാല ശത്രുക്കളിൽ പ്രമുഖനായ അബുൽഹഖ്മിൻ പ്രവാചകനാണ് 'അബുജാഹിൽ' (അജ്ഞതയുടെ പിതാവ്) എന്ന പേരിട്ടത്. ഇസ്‌ലാം മതത്തെ സംബന്ധിച്ചിടത്തോളം ആദ്യത്തെ സ്വാതന്ത്ര്യസമരമെന്ന് വിശേഷിപ്പിക്കപ്പെടുന്ന 'ബദർ യുദ്ധ' (എ ഡി 624)ത്തിലാണ് അബുജാഹിൽ വധിക്കപ്പെട്ടത്. 314 യോദ്ധാക്കൾ മാത്രമുള്ള വിശ്വാസികളുടെ സംഘത്തിന് രണ്ടായിരത്തിലധികം ആളുകളുള്ള ശത്രുക്കളെ തോല്പിച്ചയക്കാൻ മലക്കുകളെ (മാലാഖമാരെ) അയച്ചുകൊടുത്തതായി വിശ്വസിക്കപ്പെടുന്നു.

2 ഇബ്‌ലീസ് = വിശ്വാസികളെ വഴിതെറ്റിപ്പിക്കുന്ന മലക്ക്

ശവങ്ങൾക്കുമീതെ കുരുത്തംകെട്ട പൊടിമണൽ ചുളിവിന്റെ കച്ചയണിയിക്കുന്നു. ഏതോ രക്ഷാഗേഹങ്ങളിലേക്ക് തലനീട്ടി ഒട്ടകങ്ങൾ തലങ്ങും വിലങ്ങും പായുന്നു. അടക്കം കെട്ട പൊടിപടലങ്ങൾക്കിടയിൽ കുന്തമുനയിൽ ഉയർന്നും താഴ്ന്നും നീങ്ങുന്ന അബുജാഹിലിന്റെ ചോരയൊലിക്കുന്ന തല. മുഹമ്മദ് എല്ലാവർക്കുമായ് ഇത് സ്വപ്നം കാണുന്നു.

മുഹമ്മദിന്റെ മനസ്സാര് വായിക്കുന്നു? ആരോരുമില്ലാത്തവൻ. ഇന്നേവരെ ഒരിലത്തണലുപോലും വിധിക്കപ്പെടാത്തവൻ. ഓടയിൽ നിന്നാണാദ്യരോദനം. പൊലീസ് സ്റ്റേഷനിലേക്കും അവിടന്ന് ആശുപത്രിയിലേക്കുമായിരുന്നു ആദ്യയാത്ര. നിരാശ്രയത്വത്തിന്റെ സഞ്ചാരം അവിടന്നാരംഭിച്ചതാണ്. പിന്നെയും തെരുവിലെത്തിയ നാളിലാണ് നാട് നന്നായിക്കാണാനാശയുള്ള നാലു ചെറുപ്പക്കാർ അവനെ അനാഥാലയത്തിലെത്തിക്കുന്നത്. പുറത്തു വെയിൽ കത്തിക്കാളുമ്പോൾ ശീതം കൊണ്ട് കുത്തിനിറച്ച് അരുമപ്പെട്ടതാക്കിയ മുറിയിൽ കറങ്ങുന്ന കസേരയിൽ അമർന്നിരുന്നിളകുകയായിരുന്നു അബ്ദുൽഹഖ് എന്നവർ. അബ്ദുൽഹഖ് അവനെ തുറിച്ചു നോക്കി; പിന്നെ, ഈയിടെ കലാപമോ അതിക്രമങ്ങളോ ഒന്നുമില്ലാതിരുന്നിട്ടും അനാഥകളുടെ എണ്ണം പെരുകിക്കൂടുന്നതിനെക്കുറിച്ചും, അതിനൊപ്പം അനാഥാലയത്തിൽ വന്നു ചേരുന്ന അസൗകര്യങ്ങളെക്കുറിച്ചും, ഘോരഘോരം നാവിട്ടടിച്ചു. ചെറുപ്പക്കാർ തലതാഴ്ത്തിയിരുന്നതേയുള്ളൂ. അവർക്ക് അതൊന്നും കേൾക്കാനിഷ്ടമില്ലായിരുന്നു. അവരിലൊരാൾ തല ചൊറിഞ്ഞെണീറ്റുകൊണ്ട് “നമുക്കിനിയും കാണാം ഹാജിയാരെ” എന്നു പറഞ്ഞു. പോവുന്നതിനിടയിൽ വേറൊരു ചെറുപ്പക്കാരൻ അവന്റെ തലയ്ക്കൊരു കിഴുക്കുകൊടുത്ത് “മര്യാദയ്ക്ക് ജീവിച്ചോളണമിനി” എന്ന മുന്നറിയിപ്പ് കൊടുത്തിരുന്നു.

കുറച്ചുനേരം മിണ്ടാതിരുന്ന അബ്ദുൽഹഖ് മണിയടിച്ച് ആളെ വരുത്തി, ഉച്ചത്തിൽ വാ തുറന്നു:“ഇവൻ മുഹമ്മദ്.” പട്ടികയിൽ അഞ്ചുവയസ്സുകാരന് പേരും വീണു.

വലിയ പുസ്തകത്തിലെ ഇളംപച്ച ഏടുകൾക്ക് പിന്നിൽ ഇങ്ങനെയൊക്കെയുള്ള കഴിഞ്ഞകാലം അവിടുത്തെ കുട്ടികൾക്കെല്ലാവർക്കും സമ്പാദ്യമായി ഉണ്ടായിരുന്നു. ആരു കാണാനതൊക്കെ. കുട്ടികളെന്നാൽ, ആരുമില്ലായ്മയുടെ നടപ്പുനാളിലോ എന്തെന്നറിയാത്ത വരുംകാലത്തിലോ ഭയമില്ലാതെ കഴിഞ്ഞുപോരുന്നു.

ഇപ്പോൾ കണ്ടില്ലേ, സൂര്യനും അനാഥക്കുട്ടികളോട് ലേശംപോലും കാരുണ്യമില്ല. നടുവാകാശത്ത് കുത്തിയിരിപ്പാണ്. തീഗോളം എണ്ണിയാലൊടുങ്ങാത്ത കരങ്ങൾ താഴേക്കിറക്കി, ഭൂമിയിൽ നഖം താഴ്ത്തുന്നു. കണ്ണുകൊണ്ട് കാണാത്ത ചുട്ടുപഴുത്ത കമ്പികൾ ഭൂമിയിലേക്കയച്ച് സൂര്യൻ ആകാശഭൂമികളിൽ പടർന്നുകിടപ്പാണ്. കുട്ടികൾ അനാഥാലയത്തിലെ കവാടം തൊട്ട് പ്രധാന കെട്ടിട വരെയുള്ള വഴിയിൽ വാർഷികോത്സവത്തിന് മുഖ്യാതിഥിയായി വന്നെത്തുന്ന പ്രധാനമന്ത്രിക്ക് ഊഷ്മ

ളസ്വീകരണം കൊടുക്കാൻ ഒച്ചയടക്കി അനക്കമറ്റ് നിറലപ്പാണ്. മൊട്ടയടിച്ച തലയിൽ വെള്ളത്തൊപ്പിയണിഞ്ഞ്, വെളുത്ത മുഴുക്കയ്യൻ കുപ്പായവും ഞെരിയാണിക്ക് മീതെ വെള്ളമുണ്ടും ധരിച്ച് കാത്തുനില്പാണ്. മണ്ണിനെ എരിയുന്ന കനലാക്കി മാറ്റുന്ന ഈ നേരം അനാഥക്കുട്ടികൾ പരമകാരുണികനും കരുണാനിധിയുമായ അല്ലാഹുവിനെ സ്മരിക്കാതില്ല. പിന്നിട്ട ജീവിതസന്ധികളിലൊക്കെ ആശ നിലനിർത്തിയത് സർവ്വചരാചരങ്ങളുടേയും നിയതികുറിക്കുന്നവൻ തന്നെ. ഭൂമിയിലെ അഗ്നി പരീക്ഷകളാണെങ്കിൽ തുടർന്നുകൊണ്ടേയിരിക്കുന്നു.

അനാഥക്കുട്ടികളിപ്പോൾ പ്രാർത്ഥിക്കുന്നു: "പ്രധാനമന്ത്രിയെ ഒന്നു വേഗം ഈ ഗേറ്റിനുമുന്നിൽ കൊണ്ടു വന്നിറക്കണേ റബ്ബേ."

സൂര്യൻ പോയില്ല. പ്രധാനമന്ത്രി വന്നതുമില്ല. കുട്ടികളിപ്പോഴും വെയിൽകൊണ്ടുരുകുന്നു. ആരോരുമില്ലാത്ത, ഉണ്ണാൻ വകയും ഉറങ്ങാൻ സ്വന്തമായൊരിടവുമില്ലാത്ത ഇവിടുത്തെ പൈതങ്ങളുടെ സ്ഥിതിയിത്. മന്ത്രിമാർ പലരും വന്നു പോവുന്നു. നാളെയൊരു തണൽ വന്നു വീഴുമെന്നോ തണുത്ത കാറ്റുവീശുമെന്നോ ആരും കരുതുന്നില്ല. വാഗ്ദാനങ്ങളുടെ പൊള്ളത്തരമറിയുന്നു. കരയാതെ കണ്ണീരും വറ്റിപ്പോയി.

ഇപ്പോൾ, അനാഥക്കുട്ടികളുടെ തൊപ്പിക്കിടയിലൂടെ ഒലിച്ചിറങ്ങിയ വിയർപ്പ്, കുറ്റിമുടി നനച്ച് ചെവിയിടുക്കിലൂടെ കവിളത്തു പരക്കുന്നു. കവിളത്തത് വറ്റാത്ത കണ്ണീർത്തടമായി.

ഇപ്പോൾ, കണ്ടോ ചുട്ട മണതരികളാൽ ഭൂമി കത്തുന്ന അടുപ്പായി മാറിയിരിക്കുന്നു. വിളറിയ ആകാശം ചാരനിറം പൂണ്ട് കിടക്കുന്നു. തീക്കാറ്റ് വീശുകയാണ്. കണ്ണിനുമീതെ തീ. മുക്കിനുനേരെ തീ. കുട്ടികളുടെ വിചാരങ്ങളിൽ ആകാശത്തെവിടെയോ പിറക്കുന്ന ഒച്ച. പെരുകിപ്പെരുകി കാതടപ്പിക്കുന്ന പെരും ശബ്ദമായിമാറുന്നു. തലയ്ക്കുമീതെ ഭീമാകാരത്തിൽ കറുത്തുതിളങ്ങുന്ന ഇരുമ്പുവണ്ട് ചിറകടിച്ചു പറക്കുന്നു. പ്രധാനമന്ത്രിയുടെ ഹെലികോപ്റ്റർ. അത് തലയ്ക്കുമീതെ വട്ടം ചുറ്റി, തലച്ചോറിനുള്ളിൽ മുരൾച്ചയുടെ ആണികളടിച്ചു കേറ്റി, തെങ്ങിൻ തലപ്പുകൾക്കിടയിലെവിടെയോ അപ്രത്യക്ഷമാവുന്നു. പിന്നെ, നിശ്ശബ്ദതയുടെ പെരുങ്കോട്ട ഉയരുകയായി. അപ്പോൾ ഒരു മിന്നൽപ്പിണരുപോലെ പ്രധാനമന്ത്രി മുന്നിൽ വന്നിറങ്ങും. വെളുക്കെച്ചിരിച്ച് അബ്ദുൽഹഖ് എന്നവർ ഓടിച്ചെല്ലും. പൂച്ചെണ്ടുകൊടുത്ത് ആനയിക്കും. പ്രധാനമന്ത്രി നടന്നുകേറുമ്പോൾ മുൻനിശ്ചയിച്ചതിൻപടി അബ്ദുൽ ഹഖ് എന്നവർ കുട്ടികളിൽ ഇളയവൻ അലിയെ പിടിച്ചു പൊക്കുകയും അലി പ്രധാനമന്ത്രിക്ക് പൂമാലയണിയിക്കുകയും ചെയ്യും. പ്രധാനമന്ത്രി ചിരിച്ചുകൊണ്ട് അരുമയോടെ ആരുടെയെങ്കിലും കവിളത്തൊരുമ്മവെച്ച് കൊടുത്തേക്കും. പിന്നെ പ്രധാനമന്ത്രിയും അബ്ദുൽഹഖും പ്രസംഗിക്കും. എല്ലാം അവരുടെ നിനവുകളിൽ വ്യക്തിമായി കിടക്കുന്നു. ശീലമായിരിക്കുന്നു ഇതൊക്കെ, അനാഥക്കുട്ടികൾക്കും.

സൂര്യൻ എല്ലാം കരിയിച്ച് ചാമ്പലാക്കുകയാണ്.

കുട്ടികൾ സുബഹ് നമസ്കാരം കഴിഞ്ഞ് ഒന്നിരുന്നിട്ടില്ല. നമസ്കാരവും ഓത്തും കഴിഞ്ഞപാടെ, വെളിച്ചം പരന്നു തുടങ്ങിയനേരം അബ്ദുൽഹഖ് എന്നവർ കല്പിച്ചിരുന്നു: "വേഗം സോപ്പിട്ട് കുളിച്ച് ഒന്നാം നമ്പ്ര് ഉടുപ്പിട്ട് വെടിപ്പിൽ വന്നു നിക്കിൻ ഹംക്കീറ്റിങ്ങളേ[1]. മുറി അടുക്കിയൊതുക്കി വെച്ചിട്ടില്ലെങ്കില്, ഒരൊറ്റ കള്ളസ്സുവറും[2] ബാക്കിയുണ്ടാവൂലാ". പള്ളിവാതിലിൽ അബ്ദുൽഹഖ് മരവടികൊണ്ടടിച്ചപ്പോൾ വട്ടമിട്ട കണ്ണുകൾ പിടഞ്ഞുപോയി.

അബ്ദുൽഹഖ് അലറി: "ഓടിൻ നായിന്റെമക്കളേ". കുട്ടികൾ പാഞ്ഞുമുറിയിൽ കേറി. സോപ്പുകട്ടെയെടുത്തോടി. പടവുകൾ പൊളിഞ്ഞ കുളത്തിൽ തെളിവെള്ളം വറ്റാത്ത കണ്ണീരായ്ക്കിടക്കുന്നു മരുപ്പച്ചപോലെ. ഉടുതുണിയഴിച്ചു മാറ്റി. അടിയുടുപ്പൊന്നു പൊക്കി കുട്ടികൾ. വെള്ളത്തിലേക്കെടുത്തുചാടി. കൈയും കാലും മതിയാവോളമൊന്നിട്ടടിക്കാനായില്ല. വെള്ളം ചുവന്നുപോയി. പൊടിവെള്ളം മൂക്കിലടിച്ചുകേറി. അബ്ദുൽഹഖ് എന്നവരെ ഓർത്ത് ആരോ കൊടുത്ത മുന്നറിയിപ്പിൽ, കുട്ടികൾ കരപറ്റി തലയും മേലും തുടച്ച് മുറികളിലേക്കോടി. കട്ടിൽ വിരിപ്പിനടിയിൽ വെച്ച ഉടുപ്പുകളെടുത്തു. പെരുന്നാളിന് തയ്പിച്ചുടുത്ത, കടലോ കാഴ്ചബംഗ്ലാവോ കാണാൻ പോവുന്നനേരം അണിയുന്ന, കുപ്പായവും മുണ്ടും ധരിച്ചു. തീൻമുറിയിലേക്കോടി. ഉള്ളതും വാരി വലിച്ച് തിന്നുമ്പോഴേക്കും അബ്ദുൽഹഖ് എന്നവരുടെ വിസിൽശബ്ദം നെഞ്ചു തുളച്ചു. കൈകഴുകി ഓടി വരാന്തയിൽ വരിനിന്നു. അബ്ദുഹഖ് എന്നവർ ഓരോ മുറിയും പരിശോധിക്കുകയായിരുന്നു. അതു കഴിഞ്ഞ് കുട്ടികൾക്കുമുന്നിലെത്തി. പ്രധാനമന്ത്രി വന്നാൽ പെരുമാറേണ്ടതെങ്ങനെയൊക്കെയെന്ന് ആവർത്തിച്ചു. പിന്നെ തൊള്ളട്ട് വലിക്കുന്ന ചത്ത മലമ്പാമ്പിനെപ്പോലെ കുട്ടികളുടെ വരി അബ്ദുൽഹഖിന് പിന്നിൽ നീങ്ങി. അനാഥാലയത്തിലെ നിരത്തിൽ കല്പിച്ചിടങ്ങളിൽ നില്പുമായി.

മുഹമ്മദ് എരിപൊരികൊള്ളുകയാണ്. മുഹമ്മദിന്റെ കണങ്കാലിലും നെറുന്തലയിലും മാറാത്തൊരു വരട്ടു ചൊറിയുണ്ട്. ആരോ ചെയ്ത തീരാകളങ്കത്തിന്റെ പാടുപോലെ ചോരയൊലിച്ചും ഈച്ചയാർത്തും ചൊറികിടക്കുന്നു. ഇപ്പോൾ, ചുട്ടുപഴുത്ത പുഴുക്കൾ കണങ്കാലിലരിക്കുന്നിടത്ത് മുഹമ്മദിനൊന്ന് അമർത്തിമാന്തണം. അനങ്ങിയാൽ ഏതിരുളിലും കാഴ്ചയുള്ള അബ്ദുൽഹഖ് എന്നവർ അത് കാണും. എല്ല് തുളഞ്ഞാലും ഈ നേരം ഒന്നനങ്ങാനോ നെടുതായൊന്ന് ശ്വാസം വിടുവാനോ അനുവാദമില്ല. മുക്കിലും മൂലയിലും വഴിയിലും മറവിലും പാർത്തും പതുങ്ങിയും നില്ക്കുന്ന പൊലീസുകാർ ഇമവെട്ടാത്ത നോട്ടമെറിഞ്ഞ് അനാഥക്കുട്ടികളെ മുറിവേല്പിക്കുന്നു.

---

1 ഹംക്ക് – വിഡ്ഢി

2 സുവർ – പന്നി

ചൊറി പെരുത്ത ആ നിമിഷം, കണങ്കാലിൽ തീക്കമ്പികൾ വരിഞ്ഞുമുറുകിയ നേരം, എല്ലാം മറന്ന് മുഹമ്മദ് കുമ്പിട്ടു മാന്തി. ആയൊരാനന്ദത്തിൽ സ്ഥാനം തെറ്റിയിരുന്നു മുഹമ്മദ്. പൊലീസുകാരുടെ കണ്ണുകൾ തുടിച്ചു. ചൂളുന്നനോട്ടം മുഹമ്മദിനെ പൊതിഞ്ഞു. മുഹമ്മദ് ഒന്നുമറിഞ്ഞില്ല. അബ്ദുൽഹഖ് ഓടിവരുന്നത് മുന്നറിയിപ്പുകൊടുക്കാൻ അബൂബക്കറിനോ ഉമറിനോ സാധിച്ചതുമില്ല. അബ്ദുൽഹഖിന്റെ കൈയിലെ മരവടി തലയിൽ വീണു. മുഹമ്മദ് വേദനയിൽ പുളഞ്ഞു. അബ്ദുൽഹഖിന്റെ ആക്രോശം മുഴങ്ങി: "കള്ള ഹറാംപെറന്നോനെ[1]," അതവില്[2] നിക്കാതെ ആളെപ്പറീപ്പിച്ചാ മയ്യത്താക്കും ഞാൻ."

അനാഥക്കുട്ടികളെപ്പോഴേ അനുസരണയുടെ മതിലായി മാറിയിരുന്നു.

മുഹമ്മദ് തലയോട്ടിയിലെ വേദന സർവ്വം തുളയ്ക്കുന്നതറിഞ്ഞു. വെള്ളത്തൊപ്പിയിൽ ചുവന്ന പൊട്ടു വിടർന്നു. ചെമ്പൂവായത് വിരിഞ്ഞു.

വേവലാതിപ്പെട്ടുകൊണ്ട് വരാന്തയിൽ നടന്നിരുന്ന അബ്ദുൽഹഖ് എന്നവരുടെ പിന്നിൽ, നഗരത്തിലെ പ്രധാനപത്രങ്ങളിലൊന്നിന്റെ ഫോട്ടോഗ്രാഫർ വന്നെത്തി. ഹാളിൽ കാത്തിരിക്കുന്നവരെപ്പോലെ, മുഷിഞ്ഞിരുന്നു ഫോട്ടോഗ്രാഫറും, അബ്ദുൽഹഖ് ഫോട്ടോഗ്രാഫറുടെ കൈ സ്നേഹത്തടെ പിടിച്ചുകൊണ്ട് മുറ്റത്തേക്കിറങ്ങി. ആഴംകാണാത്ത കിണറ്റിൽനിന്ന് അനാഥക്കുട്ടികൾ വെള്ളം കോരി നനച്ച് വളർത്തിയ പൂച്ചെടികൾക്കരികെ നിർത്തിക്കൊണ്ട് അബ്ദുൽഹഖ് പ്രസംഗിച്ചു: "കാരുണ്യത്തിന്റെ കുന്ന് സന്ദർശിക്കാത്ത പ്രധാനമന്ത്രിയുണ്ടോ? ഉറവ വറ്റാത്ത ഹൃദയങ്ങളിൽ നിന്നൊഴുകിയ നന്മകൊണ്ട് പണികഴിപ്പിച്ച പുണ്യമന്ദിരമാണിത്. കൂട്ടിന്നാരുമില്ലാത്ത കുരുന്നു ഹൃദയങ്ങൾക്ക് വർഷങ്ങളായി തണലേകി വരുന്ന പരുശുദ്ധാലയമാണിത്. ഇവിടെയല്ലാതെ മറ്റെവിടെയാണ് നാട് ഭരിക്കുന്നവർ സന്ദർശിക്കേണ്ടത്."

ഫോട്ടോഗ്രാഫർ കുറിയ ഒരാളായിരുന്നു. അയാൾ അബ്ദുൽഹഖിനെ നോക്കാൻ മെനക്കെട്ടില്ല. അപ്പോഴും അബ്ദുൽഹഖ് എന്നവർ അലറിക്കൊണ്ടിരുന്നു: "സർവ്വശക്തനായ ദൈവത്തിന്റെ പ്രീതി കാംക്ഷിച്ചുകൊണ്ട് ഞങ്ങളീ സഹോദരങ്ങളെ കാത്തു സംരക്ഷിക്കുന്നു."

"എനിക്കിതെല്ലാം നന്നായറിയാം ഹാജിയാരെ." ഫോട്ടോഗ്രാഫർ പറഞ്ഞു. അബ്ദുൽഹഖ് എന്നവർക്ക് ആവേശമായി: "എന്തറിയാം? അനാഥരുടെ മുതൽ തിന്നുന്നവന്റെ ആമാശയത്തിനുള്ളിൽ തീ കുമിഞ്ഞുകൂടുമെന്നറിയാമോ? രക്ഷിതാവിങ്കൽ നിന്നുള്ള ഘോരവിപത്തിന്റെ നാൾ ഭയന്ന് യാതൊരു പ്രതിഫലേച്ഛയുമില്ലാതെ ഞങ്ങളിത് നടത്തുന്നു?"

ഫോട്ടോഗ്രാഫർ ഇടയ്ക്ക് കേറിപ്പറഞ്ഞു: "ഹാജിയാരേ, സ്വാഗത പ്രസംഗത്തിന്റെ റിഹേഴ്സൽ ഈ പാവം എന്റടുത്തു വേണോ?"

---

1 ഹറാം പെറന്നോൻ

2 ഹറാത്ത് = അവിഹിത ബന്ധത്തിലുള്ള സന്തതി, അതവ് = അച്ചടക്കം

ഫോട്ടോഗ്രാഫർ പിന്നെ അവിടെ നിന്നില്ല. അയാൾ വഴിയിലേക്കിറങ്ങി. മാറത്തു തൂങ്ങുന്ന ക്യാമറയ്ക്കുള്ളിലൂടെ എങ്ങോട്ടെന്നില്ലാതെ നോക്കി.

മുഹമ്മദ്, ചുഴിക്കുത്തുകളുണ്ടാക്കി പൊങ്ങുന്ന പൊടിപടലങ്ങൾക്കിടയിൽ തലപോയൊരു ശവം കണ്ടു. ശവത്തിന്റെ അടിവയർ പൊട്ടിപ്പിളർന്ന് അഗ്നിനാമ്പുകളുയരുന്നു. അതിനിടയിൽ വേറൊരു കുന്തമുനയിൽ ചോരയൊലിക്കുന്ന തല. ഗാന്ധിത്തൊപ്പിയണിഞ്ഞ അബുജാഹിലോ? മുഹമ്മദ് നാടുവാഴുന്നവരുടെ തലയിലേക്കുറ്റു നോക്കവേ, രക്ഷപ്പെട്ട് പായുന്ന ഇബ്ലീസിനെ കാണവേ, വെട്ടേറ്റ കഴുത്തിൽ നിന്നു ചുടുചോര കണ്ണിലേക്കിറ്റി വീണു. കണ്ണിലിരുട്ട് കേറി. നീറ്റലായി. ക്യാമറയിലൂടെ നോക്കുന്ന ഫോട്ടോഗ്രാഫറും പച്ചക്കരയിട്ട കമാനങ്ങളും ആകാശക്കോണിയായ മിനാരവും വട്ടം കറങ്ങുകയാണ്. എല്ലാം കുത്തിയൊലിക്കുന്ന ഇരുൾക്കയത്തിൽ മുഹമ്മദും ചെന്നു വീണു. ചുവന്ന തീനാമ്പുകൾ പായുന്ന പെരുങ്കയത്തിൽ പെട്ടുലഞ്ഞു.

കുഴഞ്ഞുവീണ കുട്ടിയുടെ ചിത്രം ആ യാദൃച്ഛികതയിൽ ഫോട്ടോഗ്രാഫർ പകർത്തി. അയാളിൽ നിഗൂഢമായ ഒരു ചിരി മുളപൊട്ടി. സാമർത്ഥ്യമേറെയുണ്ടായിട്ടും, ഫോട്ടോഗ്രാഫർക്ക് കുഴഞ്ഞുവീണ കുട്ടിയുടെ മനസ്സ് ഒപ്പിയെടുക്കാനായില്ല.

അപ്പവാണിഭം നേർച്ച

അപ്പോൾ, കിഴക്ക് വെള്ളകീറും നേരം അരുമയായ് മയങ്ങുന്ന പൈക്കിടാവുപോലെ അറബിക്കടൽ ഒരു ദിവ്യകാഴ്ചയാവുകയാണ്. വല്ലാത്തൊരുവെളിച്ചം നീളെ പരന്നുതുടങ്ങുന്നതും അറിയാത്ത ഒരു സുഗന്ധം മേൽ തഴുകുന്നതും മീൻപിടുത്തക്കാരറിഞ്ഞു. ഏതാനും വാരയകലെ കൊച്ചു തരുകൾക്ക് മീതെ മുല്ലപ്പൂ വിതറിയ മെത്തയിലെന്നപോലെ ഒരു മയ്യിത്ത് കിടക്കുന്ന ദൃശ്യം മഞ്ഞുപാളികൾക്കിടയിൽ തെളിഞ്ഞു തുടങ്ങുകയായി.

കടലിൽ പോയ ഒരുവനും തിരിച്ചു വരാനില്ലായ്കയാൽ, ഏതു പരദേശിയുടെ മയ്യത്താണ് നല്ലൊരു ദിവസം മുടക്കാൻ വന്നെത്തിയിരിക്കുന്നതെന്ന സംശയമായി അവർക്ക്. കടലിൽ പോകുന്നതും വല വീശുന്നതും മറക്കുകയായിരുന്നു. അവരിൽ രണ്ടു പേർ തോണിയുന്തുകയും പതിവു പോലെ ചാടിക്കേറാൻ തുനിയുകയും ചെയ്തനേരം അത്ഭുതമൊന്നറിയുകയായിരുന്നു.

വെറും രണ്ടുപേർ കൈവയ്ക്കുമ്പോൾ കാറ്റും കോളും നിറഞ്ഞ കടലിലേക്കും ഒരു കൂരമ്പുപോലെ പാഞ്ഞുകേറുന്ന തോണി അനക്കമറ്റിരിക്കുന്നു. അത്ഭുതമറിഞ്ഞ് ആറേഴുപേർ ഒന്നിച്ചു തള്ളിയിട്ടും ആ തോണിയും അടുത്ത തോണിയും അതിന്റടുത്ത തോണിയും പിന്നെ തോപ്പയിൽ കടപ്പുറത്തെ തോണികളൊക്കെയും അടിച്ചു താഴ്ത്തിയ ഇരുമ്പുകുറ്റികൾ പോലെ കിടക്കുകയായി.

എന്തനർത്ഥമാണീ അവ്വൽ സുബഹിക്കു[1] വന്നു കൂടിയിരിക്കുന്നതെന്ന ഖേദത്തോടെ, എന്തു ചെയ്യണമെന്നറിയാതായി തോപ്പയിൽ കട

---

1 അവ്വൽ സുബഹി = അതിരാവിലെ

പ്പുറത്തുള്ളവർ. ചിലർ തമാശ പറഞ്ഞ് ഒച്ച വെച്ചു തുടങ്ങിയപ്പോൾ പ്രായം ചെന്ന ഒരാൾക്ക് ചുറ്റുപാട് വിനോദത്തിനായി അണിഞ്ഞൊരുങ്ങിയതല്ലെന്നു തോന്നി. കൂടുതൽ ക്ഷമാശീലത്തോടെയും കൃതജ്ഞതയോടെയും കാര്യങ്ങൾ കാണുമ്പോൾ, ചിന്തിക്കുന്നവനു പല ദൃഷ്ടാന്തങ്ങളും ഇങ്ങനെയൊക്കെത്തന്നെയാണ് അവതരിക്കുന്നതെന്ന് അയാൾക്ക് ഉള്ളറിവുണ്ടായി. ഉറപ്പായും ഏതോ സത്യത്തെ വ്യക്തമാക്കുന്ന സന്ദർഭം തന്നെയാണിത് എന്നും പറഞ്ഞ് മയ്യത്തു കരയ്ക്കുകേറ്റാൻ കൂട്ടാളികളോട് അയാൾ ഉപദേശിച്ചു. അപ്പോഴും തോണികളൊറ്റയും ഒരിഞ്ചനങ്ങാതെ, ആശ്ചര്യത്തിന്റെ ശവങ്ങളായി കിടക്കുകയാണ്. നോക്കിനില്ക്കാതെ അന്നേരം മൂന്നുപേർ കടലിലേക്കെടുത്തു ചാടി. ആകാശത്തേക്കുയരുന്ന തിരകളുടെയും ആഴങ്ങളിലേക്കു വലിയുന്ന ചുഴികളുടെയും മർമ്മമറിയാവുന്ന മൂന്നുപേരും മയ്യിത്തിനടുത്തേക്ക് നീന്തുകയായി. ഫണം വിടർത്തിയാടി വരുന്ന തിരമാലകൾക്കും താഴെ മുങ്ങി അപ്പുറം പൊങ്ങിയും ചുഴിക്കുത്തുകളുടെ വശം നോക്കിയും മൂവരും മുന്നോട്ടു നീന്തുകയാണ്. അപ്പോൾ അവർ എത്രകണ്ടു മുന്നോട്ടു പോകുന്നുവോ അത്രകണ്ടു മയ്യത്ത് കടലിന്നുള്ളിലേക്ക് നീങ്ങുന്നതുകണ്ട് കടപ്പുറത്തു നില്ക്കുന്നവർ വിസ്മയപ്പെട്ടുപോയി. കടലിൽ നീന്തുന്നവരോ ആദ്യമൊക്കെ ആകസ്മികമാണിതെന്നു കണക്കാക്കുകയും പിന്നെ അപ്രാപ്യമാക്കി വ്യാമോഹിപ്പിക്കപ്പെടുന്നത് അറിയുകയും ചെയ്തു. തിരകൾക്ക് മീതെ കൈകൾ പൊക്കിയും കാലുകളിളക്കിയും നിന്ന്, കിതപ്പടക്കി വീണ്ടും ശ്രമിക്കുകയും ശ്രമം വെറുതെയാവുന്നതറിഞ്ഞ് കുഴഞ്ഞുപോവുകയും ചെയ്തു അവർ. നിഗൂഢതയുടെ ചുഴിക്കുത്തുകളിൽപ്പെട്ടുലയാൻ ഇരുമ്പുപോലെയുള്ള കൊല്ലന്മാരായ ചെറുപ്പക്കാരെ അനുവദിക്കാതെ, കടപ്പുറത്തുള്ളവർ വിളിച്ചുകേറ്റി. മേലാകെ കുഴഞ്ഞു. ഉള്ളാകെ ഭീതിയാൽ കലങ്ങിയും പൂഴിമണലിൽ കമിഴ്ന്നു കിടന്നും മൂവരും ഉപ്പുവെള്ളം ഓക്കാനിക്കയായി.

രാവിന്റെ ചുരുൾ നിവർന്നതോടെ, വിസ്മയമറിഞ്ഞ് ആളുകളേറെ പെരുത്തുതുടങ്ങുകയായിരുന്നു. അതേനേരം, സുബഹ്നമസ്കാരം കഴിഞ്ഞ് ഖുർആൻ ഓതിക്കൊണ്ടിരുന്ന കാരണവന്മാർ വിവരമറിഞ്ഞ് ബീവിമാരെ നീട്ടിവിളിച്ചു. അടുക്കളയിൽ ചായയ്ക്കു വെള്ളം വെച്ച് ഉറക്കം തൂങ്ങിക്കൊണ്ടിരിക്കുന്ന പണിക്കാരത്തികളോട് ബീവിമാരതു പറകയും മൂക്കത്തു വിരൽ വെച്ച് അതുകേട്ട് പുറത്തേക്കിറങ്ങാനവർ എരിപൊരി കൊള്ളുകയുമായി.

കുറെ മുഖദാറുകാർ വിവരമറിഞ്ഞ് തോപ്പയിൽ കടപ്പുറത്ത് എത്തുകയും നെഞ്ചൂക്കുള്ള അവർ അമാന്തിച്ചു നിൽക്കാതെ കടലിലേക്ക് പൂളാൻ കുത്തുകയും ചെയ്തു. കുറേ നേരം വ്യഥാശ്രമം നടത്തി അവരും കരേറി കമിഴ്ന്നു കിടക്കുകയായി. നാവേറെ നീളമുള്ള കുറ്റിച്ചിറക്കാർ അപ്പോഴവിടെയെത്തി. വെല്ലുവിളിച്ചും ബഡായി പറഞ്ഞും കടലിലേക്കു ചാടുകയും അതേപോലെ അവശരായി തിരിച്ചുപോരികയും ചെയ്തു.

വെള്ളയിൽക്കാരും കുങ്ങുങ്ങൽക്കാരും പരാജയപ്പെട്ടപ്പോൾ കടലും കരയും ഏറെ കണ്ട ഒരാൾ പറഞ്ഞു: "പടച്ചോന്റെ കുദറത്തു[1]തന്നെയിത്. ആകാശങ്ങളെ രക്ഷയുടെ മേൽമൂടികളാക്കുകയും ഭൂമിക്ക് കുളിരിന്റെ പച്ചപ്പരവതാനി വിരിക്കുകയും ചെയ്യുന്ന സർവ്വശക്തന്റെ മറിമായം തന്നെയിത്."

ഹൗളിൽ[2] വെള്ളം മുക്കി നിറച്ച് പടിപ്പുരത്തറയിൽ കുത്തിയിരുന്ന് ഉറക്കം തൂങ്ങുന്ന ഇടിയങ്ങരപ്പള്ളിയിലെ മുക്രി[3] ഞെട്ടിയെണീറ്റു. ഏതോ കാർമേഘങ്ങൾക്കിടയിലൂടെ ആളായ ആളുകളൊക്കെയും ഒരേ ദിശയിൽ ശോകമൂകരായി ഓടുന്നതാണ് മുക്രി കണ്ടത്. അതുകണ്ട് കുന്തിച്ചിരിക്കുകയും മന്തം വിട്ടപ്പോൾ ഓട്ടത്തിന്റെ പൊരുളറിയാനുള്ള താല്പര്യത്തിൽ നിരത്തിലേക്കിറങ്ങിനില്ക്കുകയും ചെയ്തു. ഓടിക്കൊണ്ടിരുന്ന ഒരാൾ മയ്യിത്തിന്റെ കഥ പറഞ്ഞതുകേട്ട് മുക്രി പള്ളിത്തളത്തിലേക്ക് മടങ്ങുകയായി.

അപ്പോൾ, ഇടിയങ്ങരപ്പള്ളിയിലെ മൊല്ലാക്ക കുത്തിയിരുന്ന് പൊറുതിമുട്ടുകയായിരുന്നു. മുന്നിൽ ദർജാലിൽ[4] നിവർത്തിവെച്ച മുസായഫിൽ[5] കണ്ണും നട്ട് വിയർക്കുകയാണ് മൊല്ലാക്ക. ചുളി വീണ മുഖത്ത് ഉള്ളിലെ അസ്വാസ്ഥ്യത്തിന്റെ പ്രതിഫലനം കണ്ടു മുക്രി. ഇന്നേവരെ ഇങ്ങനെ കാണാത്ത മൊല്ലാക്കയെ കണ്ട് മുക്രിക്കു കരച്ചിൽ വരുന്നു. മുക്രി മൊല്ലാക്കയെ നീട്ടി വിളിച്ചു: "ദാ...ഇതോക്കീ..." മുക്രി മയ്യത്തിന്റെ കഥ പറയുമ്പോൾ മൊല്ലാക്ക ചാടിയെണീറ്റു. പിന്നെ തരിച്ചുനിന്നുപോയി. സ്വപ്നം തന്നെയോ എന്ന സംശയത്തിൽ മുഖമൊന്നു തടവുകയും മുഖത്തെ കെടുമ്പൊന്നു തൊട്ടുനോക്കുകയും ചെയ്തു. ശ്വാസം വീണ്ടുകിട്ടിയപ്പോൾ മൊല്ലാക്കയുടെ കണ്ഠത്തിൽ നിന്നുയരുകയായി: "അസ്തഹ്ഫിറുല്ലാഹുൽ ഹളീം...[6] ആലംദുനിയാ[7]വിന്നുടയവനേ, ഇനിയുമെന്നെ പരീക്ഷിക്കല്ലേ.... റബ്ബുൽ ആലമീ[8]നായ തമ്പുരാനേ, നിന്റെ കറാമത്ത്[9] കൊണ്ടെന്നെ കളിപ്പാട്ടമാക്കല്ലേ...." മുസാഫ് ഒന്ന് മുത്തമിട്ട് മടക്കിക്കെട്ടാനും കഞ്ഞിപ്രാക്കിന്[10] മീതെ വെളുത്ത കുപ്പായമെടുത്തിടാനും മറന്ന് മൊല്ലാക്ക നിരത്തിലേക്കോടിയിറങ്ങി. പിന്നാലെ മുക്രിയും. അപ്പോഴും മറിമായങ്ങളുടെ ഉള്ളുകള്ളിയറിയാൻ മനുഷ്യരുടെ പ്രയാണം തുടരുകയായിരുന്നു.

---

1 കുദ്റത്ത് = കഴിവ്
2 ഹൗള് = അംഗശുദ്ധിവരുത്താനുള്ള വെള്ളശേഖരം
3 മുക്രി = ബാങ്കുവിളിക്കയും മറ്റ് പള്ളിപ്പണികൾ നടത്തുകയും ചെയ്യുന്ന ആൾ
4 ദർജാൽ = പുണ്യഗ്രന്ഥങ്ങൾ വായിക്കാൻ നിവർത്തിവെക്കുന്ന സ്റ്റാന്റ്
5 മുസായഫ് ഫ്ഖുർആന്റെ ഏട്
6 അസ്തഹ്ഫിറുള്ളാഹുൽ ഹളീം = മഹാനായ അല്ലാഹുവിനോട് ഞാൻ രക്ഷതേടുന്നു
7 ആലം ദുനിയാവ് = ലോകം
8 റബ്ബുൽ ആലമിൻ = സർവ്വജ്ഞനായ നാഥൻ
9 കറാമത്ത് = അത്ഭുതകൃത്യം
10 കഞ്ഞിപ്രാക്ക് = തടിച്ച ബനിയൻ

ഇടിയങ്ങരയുടെ തലച്ചോറും ഹൃദയവുമായ കൊച്ചു നാലും കൂടിയ നിരത്തിനു നടുവിൽ വന്നു നിന്ന്, ചിലമ്പിച്ച ഒച്ചയിൽ മൊല്ലാക്ക ആർത്തു പറഞ്ഞു:"എന്റെ ദേശക്കാരേ വരീൻ....വരീൻ... പൊന്നുവട്ടക്കാരേ..... വീരൻ പൊന്നുമക്കളേ പടച്ചോൻ നമ്മെയനുഗ്രഹിച്ചിരിക്കുന്നു. എന്റെ മുത്ത് ഇടയങ്ങരക്കാരേ....... വരീൻ ..... വരീൻ" മക്കാനിയിലിരുന്ന് സാദാ ചായ ഇറക്കിക്കൊണ്ടിരിക്കുന്നവരും പഞ്ചായത്ത് മാളികയിൽ ചെക്കന്മാരുടെ തുടയിൽ തൊട്ടുഴിഞ്ഞു രസിച്ചുകൊണ്ടിരിക്കുന്നവരും കുളപ്പടവിൽ സൊറപറഞ്ഞിരിക്കുന്നവരും മനസ്സില്ലാമനസ്സോടെ വട്ടം കൂടി. മൊല്ലാക്ക പറയുകയാണ് "മക്കളേ" ഇടിയങ്ങരക്കാരായ നമ്മളെ ഇന്നേവരെ ഒരു ദേശക്കാരും വകവെച്ചിട്ടില്ലാ..... ഇനിയതു നടക്കൂലമക്കളേ...നമ്മളിതുവരെ കൂട്ടു ചേർന്നിട്ടുമില്ല......... ഇനിയതുപറ്റില്ല മക്കളേ...... വരീൻ, വരീൻ മുത്ത് മുഅ്മിനിങ്ങളേ...[1]" ഇതെന്തു കഥയെന്നോർത്തും മൊല്ലാക്കയ്ക്കു പിരാന്തു വന്നുപെട്ടോയെന്നുമോർത്തും നില്ക്കേ, മൊല്ലാക്ക പടിഞ്ഞാട്ട് തിരിഞ്ഞോടുകയാണ്. ഏതോ അദൃശ്യകരങ്ങളുടെ ശക്തിയായ തള്ളലേറ്റ് അവരും പിന്നാലെയോടി. ഓടിയോടി തോപ്പയിൽ കടപ്പുറത്ത് അവരെത്തിയപ്പോൾ അതുവരെയില്ലാത്ത ഒരു കുളിർകാറ്റ് വീശുകയും കടലിന്റെ മർമ്മരം ഒരു കൂട്ട പ്രാർത്ഥനയുടെ ആരവമായി മാറുകയും ചെയ്തു.

മൊല്ലാക്കയുടെ ഓതൽ കേൾക്കുകയും ഇടിയങ്ങരക്കാരുടെ വരവ് കാണുകയും ചെയ്ത കടപ്പുറത്ത് കൂടിയവർ ഇടമൊഴിഞ്ഞുകൊടുത്തു പോയി. മൊല്ലാക്കയും കൂട്ടരും നേരെ കടലിലേക്ക് നീങ്ങി കുമ്പിട്ടിരുന്നും. ഒളു[2]വെടുക്കുകയായി. ആ നിമിഷം തിരമാല അദബും[3] അടക്കവും കാണിച്ച് കെട്ടിക്കിടക്കുന്ന ഒരു ജലശേഖരമായി. അംഗശുദ്ധി വരുത്തി മൊല്ലാക്ക വടക്ക് പടിഞ്ഞാട്ട് തിരിഞ്ഞു മുട്ടുകുത്തി രണ്ടു കൈകളും ആകാശത്തേക്കു നീട്ടി. ചുളിഞ്ഞ കൈകൾ ഏതോ രഹസ്യക്കോട്ടകളിലേക്കുള്ള അന്വേഷണവും പാരമ്യതയ്ക്കു മുമ്പിലൊരു ഭിക്ഷാപാത്രവുമായി. മൊല്ലാക്കയുടെ ചുളിവീണ കവിളിലൂടെ രണ്ടിറ്റ് കണ്ണീർ വീണു. ഉപ്പുരസമേറെക്കണ്ട പൂഴിമണിലനതു ദാഹജലമായി. മൊല്ലാക്കയുടെ ശബ്ദമുയർന്നു. "യാ റബ്ബുൽ ആലമീനായാ തമ്പുരാനേ, അറ്ഹമു റാഹി[4]മായ സർവ്വശക്തനേ, അക്രമികളുടെ ജനതയുടെ കൂട്ടത്തിൽ ഞങ്ങളെ ഉൾപ്പെടുത്തരുതേ....ഇബ്‌ലീസി[5]ന്റെ ദുർബോധനത്തിൽ നിന്ന് ഞങ്ങളെ കാത്തു രക്ഷിക്കണേ...." കുറച്ചു നേരം മിണ്ടാതിരുന്ന്, പിന്നെ മൊല്ലാക്ക് കൂടിനിന്നവരോട് പറയുകയായി: "മുത്തു സഹോദരങ്ങളെ....പ്രപഞ്ചനാഥനായ അല്ലാഹുവിന്റെ പോരിഷകൾക്കു[6] കയ്യും കണക്കുമില്ലാ... എല്ലാ

1 മുത്തുഅ്മിനീങ്ങൾ = വിശ്വാസികൾ

2 ഒളു = അംഗശുദ്ധി

3 അദബ് = മര്യാദ

4 അറഹ്മുറാഹിമീൻ = പരമകാരുണികൻ

5 ഇബ്‌ലീസ് = വിശ്വാസികളെ വഴിതെറ്റിക്കുന്ന പിശാച്

6 പോരിഷ = മഹത്വം

മറിയുന്ന, എല്ലാം നിയന്ത്രിക്കുന്ന പടച്ചോൻ ഇന്നലെ രാത്രി എനിക്കിതു വെളിപ്പെടുത്തിയിരുന്നു മക്കളേ...വ്യവസ്ഥപ്പെടുന്ന ഒരു രാവ് പിന്നിട്ടതും, ആയിരം മാസത്തേക്കാൾ ഉത്തമമായ ഒരു രാവ് കഴിഞ്ഞിരിക്കുന്നതും ഇപ്പോഴിതാ യാഥാർത്ഥ്യമായിരിക്കുന്നു."

അപ്പോൾ മൊല്ലാക്ക പറഞ്ഞതിൻപ്രകാരം പതിനാല് ഇടിയങ്ങരക്കാർ കടലിലേക്ക് ചാടി. കടൽ അവർക്ക് എളുപ്പത്തിന്റെ മാർഗമൊരുക്കിയിരുന്നു. തിരയൊറ്റയും വാ പിളർത്താതെ, വെള്ളമൊട്ടും കലക്കാതെ, കടൽ അനുസരണശീലമുള്ള ഒരു സിംഹക്കുഞ്ഞായി നിലംപറ്റിക്കിടക്കുകയാണ്. മയ്യിത്താവട്ടെ, അവർക്കരികിലേക്ക് നീങ്ങി വരികയുമാണ്. ആകാശത്താകമാനം ഉദയപ്രകാശം കൊട്ടാരം പണിതുകഴിഞ്ഞിരുന്നു. പതിനാലുപേർ മയ്യത്തോടടുക്കുകയും അപ്പുറവുമിപ്പുറവുമായി നില്ക്കവേ ഇരുപത്തെട്ടു കൈകൾ മയ്യത്തുകട്ടിലായി രൂപാന്തരം പ്രാപിക്കുകയും ചെയ്തു. മയ്യത്തേറ്റി കടപ്പുറത്തേക്കടുക്കുമ്പോഴേക്കും, വൃത്തിയും വെടിപ്പുമുള്ള ഒരച്ചിപ്പായ കടപ്പുറത്ത് വിരിച്ചു കഴിഞ്ഞിരുന്നു. പായയിൽ കിടത്തിയ മയ്യത്തിന്റെ മുഖത്ത് ഒരു തുള്ളി വെള്ളമോ നനവോ കാണാതെ എല്ലാവരും അത്ഭുതപ്പെട്ടു. മൊല്ലാക്ക അതുകണ്ട് പറഞ്ഞു: "നോക്കുവിൻ മക്കളേ....ഈ ബഹറി[1]ന്റെ ബഹറായ അറബിക്കടലിൽ കോടാനുകോടി മീനുകളും ക്ഷുദ്രജീവികളും ഉണ്ടായിട്ടും ഈ പുണ്യദേഹത്തിങ്കൽ ഒരു കൊത്തുപോലും വീണിട്ടില്ലാ.... ഒരിടത്തും ചോരപ്പാടുകളില്ലാ... വെള്ളം കുടിച്ച് ചീർത്തിട്ടില്ല... ശരീരത്തിൽ നിന്നുയരുന്ന സുഗന്ധവും മുഖത്തു കളിയാടുന്ന ഈമാനും[2] കണ്ടില്ലേ...."

മയ്യിത്തിന്റെ ചുണ്ടുകൾ അസാധാരണമായ ഒരാനന്ദത്തിൽ കെട്ടുപിണഞ്ഞുകിടക്കുകയായിരുന്നു. തല നേരെവെച്ച് കൈകൾ മാറത്തു കെട്ടി എന്തിലോ മനസ്സുറപ്പിച്ചപോലെ ആൾക്കൂട്ടത്തിനു നടുവിൽ മയ്യത്ത് നിത്യസമാധാനത്തിന്റെ ദൃഷ്ടാന്തമായി. മയ്യിത്തിന്റെ തലയ്ക്കും ഭാഗത്ത് മുട്ടുകുത്തി, കൂടി നില്ക്കുന്നവരോടായി മൊല്ലാക്ക പറഞ്ഞു: "അല്ലാഹുവിന്റെ മാർഗ്ഗത്തിൽ സ്വദേശം വെടിഞ്ഞശേഷം കൊല്ലപ്പെടുകയോ മരിക്കുകയോ ചെയ്ത പുരുഷന് അല്ലാഹുതന്നെ നല്ല ആഹാരം നല്കുന്നു. ഏറ്റവും നന്നായി ആഹാരം നല്കുന്നവൻ അല്ലാഹുവത്രെ."

കുറ്റിച്ചിറക്കാരനൊരുത്തൻ, "അതല്ല മൊല്ലാക്ക, ഇതു ഞമ്മളെ ജാത്യാണന്നു എന്താത്തര ഒറപ്പ്" എന്നു ചോദിച്ചപ്പോൾ, മൊല്ലാക്കയുടെ കണ്ണിൽ കനലെരിഞ്ഞു. മൊല്ലാക്ക പറഞ്ഞു: "തൃപ്തിപ്പെടുന്ന സ്ഥലങ്ങളിലേക്ക് നിശ്ചയമായും പ്രവേശിക്കുന്നവരത്രെ ഇവർ. ഇവർ ആരെന്നറിയാമോ? ഇടിയങ്ങരദേശത്തെ കുറ്റൂസംവീട്ടിൽ ശേഖ് ആമുക്കോയ തങ്ങളാണെന്ന്, എല്ലാമറിവുള്ള അല്ലാഹു ഈയുള്ളവന് ഇന്നലെ രാത്രി സ്വപ്നം കാണിച്ചിരുന്നു. ഇവരിവിടം കഴിയുമ്പോൾ വെറും ആമുവായിരുന്നു. ആർക്കും വേണ്ടാത്തോരും വേണ്ടാത്തതൊക്കെ ഉള്ളോരുമായി

1 ബഹർ = കടൽ
2 ഈമാൻ = വിശ്വാസം

രുന്നു. ആലംദുനിയാവിന്റുടമയായ തമ്പുരാന്റെ മായപ്പണികൾക്ക് കൈയും കണക്കുമുണ്ടോ. മനം മാറ്റം വന്ന് ഇവരിവിടം വിട്ട് ദേശങ്ങളായ ദേശങ്ങളൊക്കെ മുസാഫിറായി[1] നടന്ന്, അച്ചെന്ന ദേശത്തു വെച്ച് പഠിക്കാനുള്ളതൊക്കെ പഠിച്ച് കിതാബുകളായ കിതാബുകളൊക്കെ ഓതി, സൂഫിമാർക്കും മൗലാനമാർക്കും കൂട്ടായി, അറബിക്കെട്ടുകളിൽ പോലും ആദരണീയനായി ശേഖുമാരിൽ ശേഖായി അല്ലാഹുവിങ്കൽ മരണം പ്രാപിച്ച പുണ്യദേഹത്തിന്റെ മയ്യിത്താണിത് മക്കളേ...അച്ചെന്ന ദേശത്തിവരെ കബറടക്കുകയും രായ്ക്കുരാമാനം കബർ[2] പൊട്ടിപ്പിളർക്കപ്പെടുകയും ഇവരുടെ ആശപ്രകാരം മയ്യത്ത് തോപ്പയിൽ കടപ്പുറത്ത് എത്തിക്കപ്പെടുകയുംചെയ്യുമെന്ന് വെളിപാടുണ്ടായിരുന്നു മുത്തു മുഅമിനീങ്ങളേ...ഇവരെ ഇടിയങ്ങരപ്പള്ളിയിൽ കബറടക്കം നടത്താൻ അരുളപ്പാടും ഉണ്ടായിരുന്നു സഹോദരങ്ങളേ..."

അപ്പോൾ, കുറ്റൂസംവീട്ടിലെ കാരണവന്മാരെത്തുകയും അടയാളങ്ങൾ ഒത്തുകാണുകയും ചെയ്തിരുന്നു. എന്നാൽ നന്മയ്ക്കും അനുഗ്രഹങ്ങൾക്കും ആശയും അവകാശവും ആർക്കുമുണ്ടെന്ന് പറഞ്ഞ് തെക്കെപ്പുറത്തുള്ള ദേശക്കാർക്കിടയിൽ അവകാശത്തർക്കമായി. തോപ്പയിൽ കടപ്പുറത്തടിഞ്ഞ കാരണം തോപ്പയിൽ പള്ളിക്കവകാശപ്പെട്ട മയ്യത്തെന്നും, അനാഥ ശവമാകയാൽ മുഖദാറിലെ കണ്ണം പറമ്പ് ശ്മശാനത്തിൽ കബറടക്കം ചെയ്യണമെന്നും, എല്ലാവർക്കും നേതാവായ ഖാളി[3] ഇമാ[4]മായ ജുമാഅത്ത് പള്ളിയിൽ സംസ്കരിക്കണമെന്നും വാദങ്ങളുണ്ടായി. അവർക്കുനേരെ മൊല്ലാക്ക ചോദിക്കുന്നുണ്ടായിരുന്നു: "ഇവരുടെ മയ്യത്ത് ആരെയൊക്കെ വിരട്ടിയോടിച്ചെന്ന് നിങ്ങൾ കണ്ടതല്ലേ? മയ്യിത്തിന്റെ പൊരുൾ ആർക്ക് വഹിയാ[5]യ് നല്കിയെന്ന് നിങ്ങൾ അറിഞ്ഞില്ലേ? മയ്യത്ത് ആരെ സ്വീകരിച്ചുവോ അവർക്ക് മാത്രം അവകാശപ്പെട്ടതാണീ സൽക്കർമ്മം എന്ന് മനസ്സിലാക്കാനുള്ള ബുദ്ധിയും വിവേകവും നിങ്ങൾക്കില്ലേ?"

എതിർ വാദങ്ങളുമുണ്ടായി. പ്രശ്നവും അനിശ്ചിതത്വവും ഖാളിയാർ സമക്ഷത്തിങ്കലവതരിപ്പിക്കപ്പെടുകയും, കിതാബുകളും അമലും[6] പരിശോധിച്ചും ലക്ഷണങ്ങളൊത്ത് നോക്കിയും ഇടിയങ്ങരക്കാരത് ചെയ്തിടട്ടെ എന്ന് വിധി പറയുകയുമുണ്ടായി. ഖാളിയാർ വ്യക്തമാക്കി: "ഇടിയങ്ങരയിൽ കബറടക്കിയാലും തെക്കെപ്പുറം മുഴുവനും ആദരിക്കപ്പെടുകയല്ലേ? മുത്ത് മുഅ്മിനീങ്ങൾക്കൊക്കെയും കാരുണ്യം ചൊരിഞ്ഞ് കിട്ടുകയല്ലേ? അങ്ങനെ ഇടിയങ്ങരക്കാർ കൂട്ടത്തോടെ കലിമ[7]ചൊല്ലി മയ്യത്ത്

---

1 മുസാഫിർ = യാത്രക്കാരൻ
2 കബർ = മയ്യിത്ത് സംസ്കരിച്ച സ്ഥലം
3 ഖാളി = ഒരു ദേശത്തെ മതവിധി നടത്തുന്ന മുഖ്യൻ
4 ഇമാം = പ്രാർത്ഥനയ്ക്ക് നേതൃത്വം കൊടുക്കുന്ന ആൾ
5 വഹിയ് = വെളിപാട്
6 കിതാബുകളും അമലും = ആധികാരികഗ്രന്ഥങ്ങളും പ്രവൃത്തിയും
7 കലിമ = ഇസ്ലാമികമായ സത്യപ്രതിജ്ഞ, ബുൽബുദ് = വെൽവെറ്റ്

കട്ടിലുമായ് വന്ന്, മയ്യത്തെടുത്തുവെച്ച്, ചൂരലിൻ മേൽമൂടിയിട്ട് വെള്ള യിട്ട് മൂടി, അപൂർവ്വമായ് മീതെയിടും കസവ്കരയുള്ള പച്ച ബുൽബൂദ് വിരിച്ച്, കലിമചൊല്ലി ഇടിയങ്ങരയിലേക്ക് നീങ്ങി. കുറ്റൂസം വീട്ടിലേക്ക് കേറി. പടാപ്പുറത്ത് മയ്യത്ത് വെക്കുമ്പോഴേക്കും കേട്ടും കേൾക്കാതെയു മെത്തിയ പെണ്ണുങ്ങൾ നടുവകത്ത് വിരിക്കപ്പുറം നിന്ന് പാർത്തുനോ ക്കിയും ആണുങ്ങൾ കോലായയിൽ കേറി മയ്യത്തിന്റെ മുഖം കണ്ടും തൃപ്തരായി. അസർ നമസ്കാരം കഴിഞ്ഞ് മയ്യത്ത് കുളിപ്പിച്ച് കഫൻ[1]- ചെയ്തു മൂന്ന് കെട്ടുംകെട്ടി. ഒത്തുചേർന്ന ആയിരക്കണക്കിനാണുങ്ങ ളാൽ ആനയിക്കപ്പെട്ട് ദിക്റും സലാത്തു[2]മോതി ഇടിയങ്ങരപ്പള്ളിയിലെ ചരുവിൽ കബറടക്കം നടത്തുകയായി. ആവിപൊന്തുന്ന കാവയും ചീർനിയും[3] ചെറിയ പിഞ്ഞാണപാത്രങ്ങളിൽ വിതരണം നടത്തി. പ്രാർ ത്ഥനയുടെ മാന്ത്രികസ്വരമേള ഒരു ദേശത്തിന്റെ നിതാന്ത കീർത്തനമാ വുകയായിരുന്നു. വൈകുന്നേരത്തോട് വൈകുന്നേരം ഇടിയങ്ങരയിൽ അത്ഭുതങ്ങളുണ്ടാവുകയായി. വൈദ്യന്മാർ കൈയൊഴിഞ്ഞ കീശാനി വീട്ടിലെ കാരണവരുടെ മാറാരോഗം കാണാനില്ല. നാലുകൊല്ലമായിട്ട് മയ്യത്തുപോലെ കിടന്ന കാരണവർ മഹ്രിബ്[4] നമസ്കാരത്തിന് ഇടിയ ങ്ങരപള്ളിയിൽ മുന്നിലെ സഫ്[5] നില്ക്കാനെത്തി. മൂന്നാം ദിവസം, വീടും നാടും വിട്ട് ഊരും പേരുമറിയതായ പുള്ളിവീട്ടിൽ കുഞ്ഞിതീൻകോയ തിരിച്ചെത്തി. പുതീട്ടിലെ മേലെ അറയിൽ അളമാറയിൽ നിന്ന് കാണാ തായ പണ്ടപ്പെട്ടി നടുവകത്ത് നിലം പിളർന്ന് പൊങ്ങിവന്നു. ഇടിയങ്ങര പ്പള്ളിയിൽ മുറ്റമടിക്കുന്ന തള്ള ഏഴാം നാൾ വെള്ളിയാഴ്ച രാവിന്റെ ചോറാവും മുമ്പ് ഉറങ്ങിപ്പോകയും രാത്രിയെണീറ്റപ്പോൾ, ആളും ബാളു മൊഴിഞ്ഞ പള്ളിയും കൂർക്കം വലിക്കുന്ന മുക്രിയെയും കണ്ട് തരിച്ച് നില്ക്കുമ്പോൾ, പള്ളിക്കുള്ളിൽ ഇരുളിൽ കാലൊച്ചയുയരുകയും നീള ക്കുപ്പായമിട്ട ഒരാൾ വന്ന് വാതിൽ തുറന്ന് കൂട്ടാനൊഴിച്ച ചോറോടെ ഒരു സാൻ വെച്ചു നീട്ടുകയും അത് വാങ്ങിയതിന് പിന്നാലെ വാതിലടയുകയും ചെയ്തു. പിന്നെ അതു തിന്നുറങ്ങി, പിറ്റേന്ന് സാൻ[6] മടക്കിയപ്പോൾ സാനിന് മീതെ അറബിക്കെട്ടിലെ മുദ്ര കണ്ട് സകലരും അമ്പരന്നതും കൂടിയായപ്പോൾ തെക്കെപ്പുറത്തും അതിനുപുറത്തുമുള്ള വിശ്വാസി കൾക്കും കാര്യങ്ങളുടെ പൊരുളറിയുകയായി.

കബറിടത്തിൽ ഒരാളുയരത്തിൽ ബോംബെക്കല്ലുകൊണ്ട് കെട്ടി പ്പൊക്കി, അരച്ച് പൊടിച്ച് കുമ്മായം തേച്ച് അലങ്കാരപ്പണികൾ ചെയ്ത് മിനുക്കി; കോഴിമുട്ടയുടെ വെള്ളചേർത്തുടച്ച് കാവിതേച്ച് ജാറ[7]മുയർത്തി

1 കഫൻ = മയ്യിത്ത് സംസ്കരിക്കുന്നതിനുള്ള വസ്ത്രം
2 ദിക്റും സലാത്തും = പുണ്യസ്മരണകളും പ്രാർത്ഥനയും
3 കാവയും ചീരുണിയും = അനുഷ്ഠാനസന്ദർഭങ്ങളിൽ നല്കുന്ന പാനീയങ്ങൾ
4 മഗ്രീബ് = അസ്തമയശേഷമുള്ള സമയം
5 സഫ് = വരി
6 സാൻ = വലിയ പ്ലേറ്റ്
7 ജാറം = മയ്യിത്ത് സംസ്കരിച്ചലങ്കരിക്കുന്ന സ്ഥലം

ക്കഴിഞ്ഞിരുന്നു. വെള്ളയിട്ട് മൂടി കസവ് ചിത്രപ്പണികളുള്ള പച്ച ബുൽ ബൂദ് വിരിച്ച്, അറബിക്കെട്ടിൽ നിന്ന് കൊണ്ടുവന്ന അത്തറുകളും പൂശി. തട്ടുമ്പുറത്ത് പല വർണ്ണങ്ങളിൽ കണ്ണാടിയുണ്ടകൾ തൂക്കുകയും ജാറ മുയർന്ന മുറിയാകെ ചായം പൂശുകയും ചെയ്തു. ചന്ദനത്തിരിയും കുന്തി രിക്കവും പുകച്ചു. ധൂമവലയങ്ങളുടെ ചങ്ങലക്കണ്ണികൾ അപൂർവ്വ സംഗ മങ്ങൾ കൊരുക്കുമ്പോൾ മുഅ്മിനീങ്ങൾ ദിക്റും സലാത്തും ചൊല്ലി. ആഹ്ലാദങ്ങളും നൊമ്പരങ്ങളും ജാറത്തിങ്കലർപ്പിക്കപ്പെടുകയായി.

ഒരു വെള്ളിയാഴ്ച രാവിന് മൊല്ലാക്ക സ്വപ്നം കാണുകയുണ്ടായി: പള്ളിയിൽ കൂട്ടിയിട്ടിരിക്കുന്ന പലതരം അപ്പങ്ങൾ നീളക്കുപ്പായമിട്ട ഏതോ ഒരാൾ വിശ്വാസികൾക്ക് വീതിച്ചുകൊടുക്കുന്നു. ഞെട്ടിയെണീറ്റ മൊല്ലാക്ക വിയർത്ത മുഖം തുടച്ചപ്പോൾ അന്നേവരെ ശരീരത്തിന്റെ ഭാഗമായ് ക്കൊണ്ടു നടന്ന മൂക്കത്തെ കെടുമ്പ് വേരോടെ പൊരിഞ്ഞ് കയ്യിൽ പോന്ന തറിഞ്ഞു. പിറ്റേന്ന് ജുമാ[1] കഴിഞ്ഞ് ലക്ഷണം പറഞ്ഞ് ഉപദേശിക്കുകയും ചെയ്തു: “ആകയാൽ ശേഖാമുക്കോയ തങ്ങളവർകൾക്ക് അപ്പം കാഴ്ച വെക്കീൻ മക്കളേ....” ആയാണ്ടിലെ നേർച്ച കേമമായി നടത്താനും ആലോചനയായി. പരിപാടികളുമായി. അങ്ങനെ ശവ്വാൽ[2] പതിനാലിന് നേർച്ചനാൾ ഒരാഴ്ച മുമ്പ് പള്ളിയിൽ മൊല്ലാക്ക കൊടിയേറ്റി. നേർച്ച നാൾ വരേയും പള്ളിയിൽ ദിക്റും സലാത്തും ഖത്തം വയങ്ങലും[3] കുത്തുറാത്തീബും[4] കൊണ്ട് രാവും പകലും അറിയാതായി. ഇടിയങ്ങര നിരത്തിനിരുവശത്തും പന്തൽകെട്ടി അപ്പക്കച്ചവടക്കാർ ചുക്കപ്പം, അച്ച പ്പം, അടക്കാപ്പം, കാരക്കാപ്പം, കുറുക്കപ്പം തുടങ്ങി നാനാതരം അപ്പങ്ങളും അരിയുണ്ട, ലഡുവുണ്ട, കടലുണ്ട, എള്ളുണ്ട, അവലോസുണ്ട തുടങ്ങി പലതരം ഉണ്ടകളും തട്ടിൽ കൂട്ടിയിട്ടും മീതെ കെട്ടിത്തൂക്കിയും കുത്തി യിരുന്നു. പോയ കാലത്തെ വറുതിയിലും അറുതിയിലും ദീനങ്ങൾക്കും അശാന്തിക്കുമിടയിൽ നേർച്ച ചെയ്ത് ആശ്വാസം കണ്ടെത്തിയവർ അപ്പം വാങ്ങി ജാറത്തിങ്കലർപ്പിക്കുകയായി. അപ്പം നേർച്ചവസ്തുവായി. നേർച്ച വസ്തു മറ്റുള്ളോർക്കപ്പവുമായി. കൈകുഴഞ്ഞവർ കൈയപ്പവും വിരലി ല്ലാത്തവർ വിരലപ്പവും കുരുവായ് കേഴുന്നവർ കുരുവപ്പവും പട്ടിണികി ടന്ന് പൊരിയുന്നവർ കാരക്കാപ്പവും നേർച്ച ചെയ്തു. മനുഷ്യരുടെ ദൈന്യ തകൾക്കും ആവശ്യങ്ങൾക്കും അതിരില്ലാത്ത കാരണം അപ്പത്തരങ്ങളും പെരുകുകയായി.

മുഅ്മിനീങ്ങളുടെ ആശാകേന്ദ്രവും തെക്കെപ്പുറത്തുകാരുടെ ഉത്സ വവുമായിരുന്നു അപ്പവാണിഭം നേർച്ച. നേർച്ചനാൾ നെറ്റിപ്പട്ടം കെട്ടിയ ആനകളാലാനയിച്ച് കോൽക്കളി, ദഫ്മുട്ട്, പണിയക്കളി, പരിചകളി, പന്തം വീശൽ തുടങ്ങിയ വിനോദങ്ങളാൽ മോടികൂട്ടിയവരവുകൾ പള്ളി

---

1 ജുമാ = കൂട്ടപ്രാർത്ഥന
2 ശവ്വാൽ = ഹിജ്റ കലണ്ടറിൽ എട്ടാം മാസം
3 ഖത്തം പയങ്ങൾ = ഖുർആൻ മുഴുക്കെ ഒരുവട്ടം ഓതിത്തീർക്കൽ
4 കുത്തുറാത്തീബ് = ഭക്തന്മാരുടെ ഒരനുഷ്ഠാനം

യിലേക്കെത്തുന്നു. ആണുങ്ങൾ നിരത്തിനിരുവശത്തും തിങ്ങിക്കൂടിയും പെണ്ണുങ്ങൾ കന്മതിലിനപ്പുറത്ത് ഇരുപ്പിട്ട് കേറിനിന്നും വരവു[1]കൾ കണ്ടു രസിച്ചു. പലതരം കച്ചവടക്കാരും, തിരിയൂഞ്ഞാൽ തൊട്ട് മുച്ചീട്ട് കളിക്കാർ വരെയുള്ള വിനോദക്കാരും തമ്പടിച്ചിരുന്നു. നേർച്ചനാൾ പുതിയാപ്പിളമാരുടെ വീട്ടിലേക്ക് വലിയ ദൊലങ്കു[2]കൾ നിറച്ച് കോള്[3] കൊടുത്തയച്ചു. പുതിയാപ്പിള കെട്ടിയോൾക്കും കുട്ടികൾക്കും അമ്മോസാൻകയ്ക്കും[4] അമ്മായിമ്മയ്ക്കും പുതുവസ്ത്രങ്ങളെടുക്കുകയും കെട്ടിയോൾക്ക് മാത്രമായി കൊത്തുവളയും മുത്തുമാലയും വാങ്ങുകയും ചെയ്തു. അപ്പവാണിഭം നേർച്ച അങ്ങനെ ആചാരവും അനിവാര്യതയുമായി. വിശ്വാസികളുടെ ജീവിതത്തിന് സംഗീതവും ചോദ്യങ്ങൾക്കുത്തരവും ആത്മാർപ്പണത്തിന്റെ ആശ്വാസവുമായിക്കഴിഞ്ഞിരുന്നു.

പത്തമ്പത് കൊല്ലം കഴിഞ്ഞ് ഇടിയങ്ങരപ്പള്ളിയിൽ അരുളപ്പാടുണ്ടായ മൊല്ലാക്കയുടെ താവഴിയിൽ പേരക്കുട്ടി ഇമാമായിക്കഴിഞ്ഞിരുന്ന നാൾ, തെക്കേപ്പുറത്തൊരു ആൾവന്നു. ഇടിയങ്ങരയിലെ കുറ്റൂസംവീട്ടിലെ തന്നെ നാടുവിട്ടുപോയ കോമുക്കോയ എന്നിവരാണ്. ദുനിയാവൊക്കെ ചുറ്റിക്കറങ്ങി ദീനും അമലും പഠിച്ച് തിരിച്ചെത്തിയിരിക്കുന്നതെന്ന് അറിവായി. എന്നാൽ കുറ്റൂസംവീട്ടിലേക്കയാൾ കേറിയിരുന്നില്ല. അയാൾക്ക് വേറെ നിശ്ചിതമായ പരിപാടിയുണ്ടായിരുന്നു. ഇടിയങ്ങരയിൽ നാലുംകൂടിയ നിരത്തിൽ ചീനപ്പെട്ടിയിട്ട് കേറിനിന്ന് അയാൾ യാഥാസ്ഥിതികത ഇസ്ലാമിന്റെ അന്തഃസത്ത നശിപ്പിച്ചിരിക്കുന്നുവെന്ന് പറഞ്ഞു. ഒന്നും തിരിയാതെ ഇടിയങ്ങരക്കാർ അന്തം വിട്ടുപോയി. എന്നാൽ കുറച്ചു ദിവസം കൊണ്ട് ഉള്ളുകള്ളിയറിഞ്ഞ ഇടിയങ്ങരപള്ളിയിലെ മൊല്ലാക്ക ഈ വന്നിരിക്കുന്ന വൻ ഇബ്ലീസിന്റെ ദൂതനാണെന്നും ഇസ്ലാമിന്റെ ഏറ്റവും കൊടിയ ശത്രുവാണെന്നും വ്യക്തമാക്കി. കോമുക്കോയയ്ക്ക് അടയാളവുമായി. ഇടിയാങ്ങരയിലും പരിസരങ്ങളിലും കലമ്പലും കത്തിത്തുടങ്ങുകയായി. പിന്നെ പ്രസംഗം കേട്ടാൽ മുഅ്മിനീങ്ങൾ ഈണത്തിൽ കൂവുകയും നാവടപ്പിക്കാൻ തുനിയുകയും ചെയ്തു. എന്നാൽ കോമുക്കോയയാവട്ടെ ഉറച്ച മനസ്സോടും നിശ്ചയിക്കപ്പെട്ട നീക്കങ്ങളോടും കൂടിയ ആളായിരുന്നു. കുറ്റിച്ചിറയിലെ കുളത്തിന്റെ അരച്ചുമരിൽ കേറിനിന്ന് അയാൾ ഉച്ചത്തിൽ പറഞ്ഞു: "ആയിരത്തിനാന്നൂറ് വർഷമായിട്ടും പരിശുദ്ധ ഖുർആന്റെ ഉള്ള് നിങ്ങൾക്ക് മനസ്സിലായില്ലല്ലോ. സർവ്വചരാചരങ്ങളുടെയും സ്രഷ്ടാവായ, ആദ്യനും അന്ത്യനുമായ, ജീവിപ്പിക്കുന്നവനും മരിപ്പിക്കുന്നവനുമായ,കണ്ണുകളാൽ കാണാൻ കഴിയാത്തവനും എന്നാൽ കണ്ണുകളെല്ലാം കാണുന്നവനുമായ, ആരോടും അനീതികാണിക്കാത്തവനും അഭയം പ്രാപിക്കുന്നവർക്ക് രക്ഷയും ആയിടുന്ന, അല്ലാ

1 വരവ് = ഘോഷയാത്ര
2 ദൊലങ്ക് = വലിയ പാത്രം
3 കോള് = ഭക്ഷണപലഹാരങ്ങൾ
4 അമ്മോസാൻക = ഭാര്യാപിതാവ്,

ഹുവിൽ നിങ്ങൾ സ്വയമർപ്പിക്കുക. പ്രപഞ്ചങ്ങളെ സൃഷ്ടിച്ചതിലും പരിപാലിക്കുന്നതിലും പങ്കുനല്കാത്തവനാണവൻ. അവന് സഹായികളോ മദ്ധ്യവർത്തികളോ ഇല്ല, അവനോട് പ്രാർത്ഥിക്കുക. കാരണം അവനോളം പോരിഷയുള്ളവനായും കറാമത്ത് നടത്തുന്നവനുമായി ആരുമില്ല. അല്ലാഹു നിങ്ങളുടെ കണ്ഠത്തിലെ രക്തധമനിയേക്കാൾ കൂടുതലടുത്താണ് സ്ഥിതി ചെയ്യുന്നതെന്ന വാസ്തവമറിയുക...."

കോമുക്കോയ തെറിച്ചവനും കാഫറുമായി[1]. തെക്കേപ്പുറത്തെ ആദ്യ വഹാബി[2]യുമായി. തെക്കേപ്പുറത്തുകാർ അയാൾക്ക് മുന്നറിയിപ്പ് നല്കി. "കള്ളവഹാബീ, ദീനി[3]നെ തൊട്ടുകളിച്ച ഒരാളും ഉടലിൽ തലയോടെ നടന്നിട്ടില്ല." വിശ്വാസത്തോടെ വേരോടെ പിഴുതുമാറ്റി കോലം കെടുത്തുന്ന കള്ളക്കാഫറിനോട് കൂട്ടുചേരാതിരിക്കാനും നിഷേധിയുടെ വാക്കുകൾക്ക് മുഅ്മിനീങ്ങൾ ചെവികൊടുക്കാതിരിക്കാനും ഫത്വ[4]യുണ്ടായി. പടിപ്പുരകൾ കോമുക്കോയയ്ക്ക്മുമ്പിൽ അടഞ്ഞുകിടന്നു. പലരും അയാളെക്കണ്ടാൽ കാർക്കിച്ചു തുപ്പി മുന്നോട്ട് നടന്നു. കോമുക്കോയയോ നാടേറെ കണ്ടവനും ക്ഷമാശീലനും തന്റെ കാര്യങ്ങളിലുറച്ചവനുമായിരുന്നു.

വാക്കുതർക്കത്തിൽ, പൂർവ്വപിതാക്കൾ നടന്നുകണ്ട നടപടിമാത്രം മതിയെന്ന് ആളുകൾ പറഞ്ഞപ്പോൾ, പൂർവ്വ പിതാക്കൾ യാതൊരു വിവരമില്ലാത്തവരും നേർമാർഗ്ഗം പ്രാപിക്കാത്തവരുമാണെങ്കിൽ എന്തിന് പിന്തുടരണമെന്ന് കോമുക്കോയ ചോദിച്ചു. അയാൾ പറഞ്ഞു: "ഇബ്രാഹിം നബിയുടെ കാലത്തെ ജനതയെ പിന്തുടരാനാണോ അന്ന് അല്ലാഹു പറഞ്ഞത്? കല്ലുകൊണ്ടുണ്ടാക്കിയ ബിംബങ്ങളെ ആരാധിക്കുന്നതിലെ മാർഗ്ഗഭ്രംശം ഇബ്രാഹിംനബി സ്വന്തം പിതാവിനോട് ചൂണ്ടിക്കാണിച്ചില്ലേ? ചിലപ്പോൾ നമ്മുടെ നേരെ തിരിഞ്ഞുനോക്കുകയും ചിലപ്പോൾ നമ്മെ കൈവിട്ടുപോകുകയും ചെയ്യുന്ന വസ്തുക്കളെ നമുക്ക് ആരാധനാ പാത്രമാക്കിക്കൂടെന്ന് പറഞ്ഞ് സൂര്യചന്ദ്രന്മാരെപ്പോലും ദൈവമാക്കിക്കൂടെന്ന് ന്യായവാദം ചെയ്തില്ലേ? അവർക്കത് നിഷേധിയുടെ മുരടൻ ന്യായമായിരുന്നു. അതിനാൽത്തന്നെ അവർ തടി കാത്തുകൊള്ളാൻ പറഞ്ഞു. മുഖദാറിൽ വെച്ചു, അല്ലാഹുവിങ്കൽ പങ്കാളിയാക്കി വെയ്ക്കാൻ ഒരു മനുഷ്യനും അവകാശമില്ലെന്ന് പറഞ്ഞ് പ്രസംഗിച്ചു തുടങ്ങിയപ്പോൾ മുൻകോപികളായ മുഖദാറുകാർ അയാളിന്റെ മാറത്ത് കുത്തിപ്പിടിച്ചു പൊക്കി. അപ്പോഴും അയാൾ പറഞ്ഞു: "സഹോദരങ്ങളേ...എനിക്കീ ഭൂമിയിൽ അല്ലാഹുവിനെയല്ലാതെ ഒരു മഹ്ലൂക്കി[5]നേയും ഭയമില്ല." കുണ്ടുങ്ങൽ

---

1 കാഫർ = അവിശ്വാസി

2 വഹാബി = അറേബ്യയിൽ ഇരുന്നൂറോളം വർഷങ്ങൾക്കുമുമ്പ് ജീവിച്ച മുഹമ്മദ്ബ്നു അബ്ദുൾ വഹാബ് എന്ന മതപരിഷ്കർത്താവിന്റെ അനുയായി,

3 ദീൻ = മതം

4 ഫത്വ = മതവിധി

5 മഹ്ലൂക്ക് = സൃഷ്ടി

വെച്ച് ഒരു കാരണവർ അയാളോട്, ശേഖാമുക്കോയതങ്ങളുടെ ശാപത്താൽ ഇടിത്തീ നിന്നിൽ വീഴുമെന്ന് പറഞ്ഞപ്പോൾ ജീവിച്ചിരിക്കുന്ന മനുഷ്യന് പോലും മറ്റുള്ളവരുടെ മേൽ അവസാനവിധി നടത്താനാവില്ലെന്ന് തിരിച്ചടിച്ചു.

കോമുക്കോയ പറഞ്ഞു: "ചെറിയ ബിംബങ്ങളെയൊക്കെ അടിച്ചു തകർത്ത് വലിയ ബിംബത്തിന്റെ കൈകളിൽ കോടാലി വെച്ച ഇബ്രാഹിം നബിയെ ചോദ്യം ചെയ്തപ്പോൾ, നിങ്ങളുടെ വലിയ ദൈവം ആരാണിതൊക്കെ ചെയ്തതെന്ന് ഉത്തരം തരുമല്ലോ എന്ന മറുപടി കൊടുത്തത് ഓർമ്മയില്ലേ? ഉത്തരം തരാത്ത ജാറത്തിങ്കലല്ല നാം പ്രാർത്ഥന നടത്തേണ്ടത് എന്ന് മനസ്സിലാക്കുക സഹോദരങ്ങളേ..."

കോമുക്കോയ സ്വൈര്യം കെടുത്തുന്നവനും വിനാശകാരിയുമാണെന്ന് കണ്ട തെക്കെപ്പുറത്തുകാർ അയാളെ പാടെ തിരസ്കരിച്ചിരുന്നു. മക്കാനികളിൽ നിന്നൊരു തുള്ളി വെള്ളം കൊടുക്കാതെ ഇറക്കിവിട്ടു. ഒരൊറ്റ പള്ളിക്കോലായയിലേക്ക് പോലും കേറ്റിയില്ല. കോമുക്കോയ പച്ചവെള്ളം കുടിച്ച് ദാഹശമനം വരുത്തിയും ആർത്തലയ്ക്കുന്ന അറബിക്കടലിൽ കൈകളിട്ട് ഉളുവെടുത്ത് ചുട്ടുപൊള്ളുന്ന പൂഴിമണ്ണിൽ വടക്കുപടിഞ്ഞാറ് മുണ്ടുവിരിച്ച് കത്തിയെരിയുന്ന സൂര്യനു താഴെ നമസ്കരിക്കുകയും ചെയ്തു. പരപ്പിൽ കടപ്പുറത്ത് പൂഴിമണലിൽ തന്നെ. രാത്രി തണുപ്പിലും അലർച്ചകളിലും അനങ്ങാതെ മനസ്സമാധാനത്തോടെ രാവുറങ്ങുകയും ചെയ്തു. ഇതൊക്കെ കണ്ടമ്പരന്നവരും ഇടിയങ്ങരപ്പള്ളിയിലെ മൊല്ലാക്ക തന്നിഷ്ടക്കാരനും വഴിതെറ്റിയവനും എന്ന് ഉള്ളാലെ കരുതിയവരുമാണാദ്യം കോമുക്കോയയുടെ കേൾവിക്കാരായതും കൂട്ടുകാരായതും. പിന്തക്കലകത്തും കീശാനിവീട്ടിലും കുറ്റൂസംവീട്ടിൽ തന്നെയുമുള്ള കുറെപ്പേർ കുറച്ചുനാൾക്കകം കോമുക്കോയയുടെ അനുയായികളും, മറ്റുള്ളോർക്ക് നിഷേധികളുമായി.

വഹാബിമാരോ ഖുർ ആൻ പരിഭാഷപ്പെടുത്തി, ഹദീസുകളുദ്ധരിച്ചുകൊണ്ട് കുത്തുറാത്തീബും മൗലൂദും നേർച്ചയും ജാറാരാധനയും ചോദ്യം ചെയ്തു. മന്ത്രിച്ചൂതലും ഉറുക്കെഴുതിക്കെട്ടലും അവിശ്വാസികളുടെ മാർഗ്ഗമായി വിശദീകരിച്ചു. പച്ച മലയാളത്തിൽ ഖുത്തുബ നടത്താമെന്ന് വ്യക്തമാക്കി. അവിശ്വാസികളെ മുഖം കുത്തിയ നിലയിൽ നരകത്തിൽ കൊണ്ട് നിക്ഷേപിക്കുമെന്ന് മുന്നറിയിപ്പു നല്കി. അങ്ങനെ വഹാബിമാരാരേയും തെക്കെപ്പുറത്തുകാർ അടുപ്പിക്കാതായി. വീടുകളിൽ നിന്നിറക്കിവിടുകയും വഹാബിപ്പുതിയാപ്പിളമാരിൽ നിന്ന് മൊഴി[1] എഴുതിവാങ്ങിക്കുകയും ചെയ്തു. കല്ലുകൾ വർഷിക്കുന്ന കാറ്റയച്ചോ ഭയങ്കര ശബ്ദം പിടികൂടിയോ, ഭൂമിയിൽ ആഴ്ത്തിക്കളഞ്ഞോ, വെള്ളത്തിൽ മുക്കിയോ, വഹാബിമാരെ ഒന്നടങ്കം വേരോടെ അല്ലാഹു നശിപ്പിക്കുന്ന നാൾ വിദൂരമല്ലെന്ന് മൊല്ലാക്കമാർ വിധിയെഴുതുകയുമായി.

---

1 മൊഴി = വിവാഹമോചനം

തെക്കെപ്പുറത്തുതന്നെ ഒരു കൊച്ചു പള്ളി പണിതു വഹാബിമാർ. അവർക്കൊപ്പം ആളുകൾ ചേർന്നു തുടങ്ങി. നീക്കുപോക്കുകൾക്ക് അടിപ്പെടാതെ അവർ, സന്ധിയില്ലാത്ത നീക്കം തുടർന്നപ്പോൾ, അവരുടെ മുന്നേറ്റങ്ങൾക്ക് ഊക്കേറിവന്നപ്പോൾ, തെക്കേപ്പുറം യുദ്ധക്കളമായി. വഹാബിമാരെ വെള്ളയിൽ വെച്ച് പൊതിരെ തല്ലിവിട്ടപ്പോൾ, മിണ്ടാതിരിക്കുന്നവരും അതിന്റെ പ്രത്യാഘാതങ്ങൾക്ക് ചെവിയോർക്കയായി. കൂരിരുട്ടിൽ വഹാബിമാർ ശേഖാമുക്കോയത്തങ്ങളുടെ ജാറം തകർക്കാനൊരുങ്ങുന്നുവെന്ന ഊഹാപോഹങ്ങളും വളർന്നു. ശേഖിന്റെ പള്ളിയിൽ രാപ്പകലങ്ങനെ കാവലായി.

അപ്പവാണിഭം നേർച്ചക്കെട്ട് നാൾ മുമ്പ്, ശവ്വാൽ പതിമൂന്നിന് സുബഹ് നമസ്കാരത്തിനെണീറ്റതായിരുന്നു മൊല്ലാക്ക. ജാറത്തിങ്കൽ ചന്ദനത്തിരി കത്തിക്കാൻ മുറിവാതിൽ തുറന്നകത്തുകേറിയതാണ്. വെളിച്ചം തീരേയില്ലാത്ത ആ നേരം പള്ളിയിലുള്ളവർ ജാറത്തിൽ നിന്നൊരൊച്ചകേട്ട് ഓടിയെത്തിയപ്പോൾ കണ്ണുതുറിച്ചുപോയി. നാഡിമിടിപ്പൊട്ടു നേരം നിലച്ചും പോയി. ജാറം തകർന്ന് ബോംബെക്കല്ലുകൾ ചീള്പോലെ ചിതറിക്കിടക്കുന്നു. മൊല്ലാക്ക നിലത്ത് ബോധമറ്റു കിടക്കുന്നു. കഴിഞ്ഞ രാത്രി എല്ലാ വാതിലുകളും കിളിവാതിലുകളും അടച്ച് പള്ളിത്തളത്തിലും കോലായയിലും മുറ്റത്തുമായി കാവൽ കിടന്ന അവർ ജാറമെങ്ങനെ പൊട്ടിത്തകർന്നുവെന്നറിയാതെയും, എന്തു ചെയ്യണമെന്നറിയാതെയും നിന്നു പോയി. വിവരമറിഞ്ഞ് ഇടിയങ്ങരയിലും ചുറ്റുവട്ടങ്ങളിലും ഉള്ള ചിലർ അന്തിയെണീറ്റയുടനെ തക്ബീറും സലാത്തും ചൊല്ലി പള്ളിയിലേക്ക് പാഞ്ഞു കേറി. പൊളിഞ്ഞ് മയ്യത്തിന്റെ യാതൊരടയാളവും ഇല്ലാത്ത ജാറം അവരുടെ വേദനയും രോഷവുമായി.

കുറച്ചുപേർ കൊലവിളി മുഴക്കി കടപ്പുറത്തേക്കോടി. പരപ്പിൽ കടപ്പുറത്ത് എന്നും അന്തിയുറങ്ങുന്ന കോമുക്കോയയെ കാണാനില്ലായിരുന്നു. കണ്ടത് അവിടെ കടലിൽ കണ്ണും നട്ട് കുത്തനെ നില്ക്കുന്ന മീൻപിടുത്തക്കാരെയാണ്. തോപ്പയിലും വെള്ളയിലും മുഖദാറിലുമുള്ള, പരസ്പരം കാണാത്ത കടപ്പുറങ്ങളിലെ, പതിവുപോലെ കടലിലേക്കിറങ്ങാനെത്തിയ മീൻപിടുത്തക്കാർ വീർപ്പടക്കി നില്ക്കുകയാണ്.

അപ്പോൾ ഏതാനും വാരയകലെ കൊച്ചു തിരകൾക്കുമീതെ മുല്ലപ്പൂ വിതറിയ മെത്തയിലെന്നപോലെ ഒരു മയ്യത്ത് കിടക്കുന്ന ദൃശ്യം മഞ്ഞുപാളികൾക്കിടയിൽ തെളിഞ്ഞു തുടങ്ങുകയായി. വല്ലാത്തൊരു വെളിച്ചം നീളേ പരന്നു തുടങ്ങുന്നതും അറിയാത്ത ഒരു സുഗന്ധം മേൽ തഴുകുന്നതും മീൻപിടുത്തക്കാരറിഞ്ഞു. അപ്പോൾ കീഴക്ക് വെള്ളകീറും നേരം, അരുമയായ് മയങ്ങുന്ന പൈക്കിടാവുപോലെ അറബിക്കടൽ ഒരു ദിവ്യ കാഴ്ചയാവുകയാണ്.

പച്ചയും കാവിയും

ഉള്ളതിൽ നല്ലതെല്ലാം കരിഞ്ഞുപോയി. ചാമ്പൽക്കൂനയിൽ എന്തിന്റേതെന്ന് വേർതിരിച്ചറിയാനാവാത്ത ഒരിരുമ്പുകൂട് പല്ലിളിച്ചു നില്ക്കുന്നു. ദീനതയുടെയും അനാഥത്വത്തിന്റെയും അസ്ഥികൂടം പോലെ. എന്നിട്ടും ചാമ്പലിൽ തഞ്ചം പാർത്ത് കനൽക്കണ്ണ് തിളങ്ങുന്നു.

ചിലമ്പിച്ച ശബ്ദത്തിൽ, ഒരു നെടുനിശ്വാസംപോലെ, നിയന്ത്രണങ്ങളിൽ ഏതാനും മണിക്കൂർ അയവു വരുത്തിയ വിവരം റേഡിയോ അറിയിച്ചിരുന്നു. എന്നിട്ടും ആൾപ്പെരുമാറ്റമറ്റു കിടപ്പാണ് തെരുവ്. തെരുവിൽ നേരത്തെവന്നുവീണ ഇരുൾ പോരാതെ, കറുത്ത പുക തള്ളിവിടുന്നു. കരിഞ്ഞമണം തുളച്ചു കേറുന്നു. മൂക്കും വായും പൊത്തി ഇടയ്ക്ക് ഒന്നോ രണ്ടോ പേർ മാത്രം തിടുക്കത്തിൽ നടന്നുനീങ്ങുന്നുണ്ട്. അവർ ഗലിയിലെവിടെയോ മറയുന്നു.

തെരുവിലേക്കുന്തി നില്ക്കുന്ന ഒരു വാതിൽ തുറന്ന് പെട്ടെന്നൊരാൾ പുറത്തേക്കിറങ്ങി. തീരെ നിനയ്ക്കാതെ വേറൊരു മനുഷ്യന്റെ മുമ്പിൽപ്പെട്ട വ്യാകുലതയിൽ അയാൾ ഒന്നു പിടഞ്ഞു. ഒരു നിമിഷം ശങ്കിച്ചുനിന്ന്, പിന്നെ നടന്നു മറഞ്ഞു. അയാളിറങ്ങിയ വാതിലെപ്പോഴോ അടഞ്ഞിരുന്നു.

അടഞ്ഞ വാതിലിനപ്പുറം പുറത്തിറങ്ങിയ ആൾ തിരിച്ചുവരുന്നതും കാത്ത് ആരെങ്കിലുമൊക്കെ മിണ്ടാതിരിക്കുന്നുണ്ടാവും. ചിലപ്പോൾ ഇനിയും വന്നുകേറാനിടയില്ലാത്ത ആരെയെങ്കിലും ഓർക്കുകയാവും. ആർക്കും വേണ്ടാഞ്ഞിട്ടും എല്ലാറ്റിന്റെയും ഗതിമാറിപ്പോയി. പൊള്ളലുകളും മുറിവുകളും എമ്പാടുമായിരിക്കുന്നു. കളഞ്ഞുപോയതിലോ കരിഞ്ഞുപോയതിലോ ആയിരിക്കില്ല ഇനിയെന്തെല്ലാം നഷ്ടപ്പെടും എന്ന അറിവില്ലായ്മയിലായിരിക്കും വ്യാകുലത. ആയൊരനിശ്ചിതത്വം പേടി

പ്പിക്കുന്ന നിശ്ശബ്ദതയും, ഒട്ടും ചേരാത്ത നിശ്ചലതയും തെരുവിൽ പിടിച്ചു നിർത്തുന്നു.

തുറന്ന ഒരു വീട്ടുമുഖത്തു നിന്നും, പൊളിഞ്ഞ് കിടക്കുന്ന വാതിലിലൂടെ വെളുപ്പും കറുപ്പും കൂടിക്കലർന്ന പുക തെരുവിലേക്ക് വരുന്നു. പൊട്ടിപ്പൊളിഞ്ഞ മുൻവാതിൽ അടിതെറ്റിത്തൂങ്ങുന്നു ഒടിഞ്ഞ ചിറകായി നേർത്തെതെങ്കിലും മൂർച്ചയുള്ള ഒരു വിങ്ങിക്കരച്ചിലോടെ വാതിലനങ്ങുകയാണ്.

നിരത്ത് രണ്ടായി പിരിയുന്നിടത്ത് വശം ചേർന്ന കസേരകളിട്ട് കുറെ പട്ടാളക്കാരിരിക്കുന്നു. ഉരുക്കുതൊപ്പിക്കും മീതെ തലയുയർത്തി തോക്കിൻ കുഴലുകൾ. നിയോഗം തല്ക്കാലത്തേക്കൊടുങ്ങിയ മട്ടിൽ, പരസ്പരം ഒരു വാക്കുപോലും പറയാതെ പട്ടാളക്കാർ വെറുതെ കുത്തിയിരിപ്പാണ്. നോക്കാതെതന്നെ കടന്നുപോകുന്നതൊക്കെ കാണുന്ന മട്ടിൽ നോക്കുകുത്തികളായി.

ഇരുളിനുമീതെ തണുപ്പും ചൊരിഞ്ഞു തുടങ്ങിയിരുന്നു.

ആരുമല്ലെന്ന മട്ടിൽ മുമ്പെ നടന്നിരുന്ന ശ്രീറാം പെട്ടെന്നാണ് തിരിഞ്ഞു നിന്നതും ചോദിച്ചതും: “ഇനി നിന്നെ നിന്റെ ചങ്ങാതി വീട്ടിൽ കേറ്റിയില്ലെങ്കിലോ?”

നടത്തത്തിന്റെ തിടുക്കം മുറിഞ്ഞു പോയി.

രവിയേട്ടൻ നാട്ടുകാരനാണ്. കൂട്ടുകാരനാണ്. ഇപ്പോൾ നിസ്സഹായതയിൽ മുഖത്തിനെതിരെ വാതിലടച്ചാൽ? ശ്രീറാം തന്നെ ഉത്തരം കണ്ടെത്തുന്നു: “അപ്പോൾ വേറെ വഴി നോക്കാം അല്ലേ?”

നോട്ടം ചെന്നുവീണത് നിരത്തിലേക്ക് തള്ളിനില്ക്കുന്ന ചുമരിൽ. നടുക്കം പെരുവിരലിൽ നിന്ന് പടർന്നു കേറി. ഏതോ വികൃതിച്ചെറുക്കൻ വരച്ചചിത്രം പോലെ താഴെ സമൃദ്ധമായൊഴുകിയ ചോര കട്ടപിടിച്ചുണങ്ങിയിരിക്കുന്നു. വലിച്ചു നീക്കിയ പാട്, നിരത്തിലേക്കൊലിച്ചിറങ്ങി കാണാതാവുന്നു. അടഞ്ഞ വീടിനുള്ളിൽ നിന്നും പൊള്ളിക്കുന്ന ഒരു കരച്ചിൽ തെരുവിലേക്കിറങ്ങുന്നോ? പെട്ടെന്ന് ശ്രീറാം കൈപിടിച്ചു വലിച്ചു: “വേഗം നടക്കൂ.”

രവിയേട്ടന്റെ വീട്ടിലേക്കുള്ള വഴിയിലെ ഇരുമ്പുവാതിൽ ചങ്ങലയിട്ടു പൂട്ടിയിരിക്കുന്നു. ശ്രീറാമിന് സംശയം: “ഇവിടെത്തന്നെയല്ലേ?”

ൃഞാൻ തലകുലുക്കി. തൊട്ടുരുമ്മി മൂന്നു വീടുകൾ താഴെ. മീതെയും. മീതെ ഒരറ്റത്ത് രവിയേട്ടൻ താമസിക്കുന്നു. ജനവാതിലുകൾ പോലും തുറന്നുകിടക്കുന്നില്ല. ഞാൻ ശ്രീറാമിനെ നോക്കി. ഞൊടിയിടകൊണ്ട് ശ്രീറാം വാതിൽ ചാടി അപ്പുറം കടന്നു. ചാടുമ്പോൾ എന്റെ കുപ്പായം കമ്പിയിൽ കുരുങ്ങിക്കീറി. താഴെ രണ്ടാമത്തെ വീടോട് ചേർന്ന് അടഞ്ഞ വാതിൽക്കൽ കിടന്നിരുന്ന നായ തലയുയർത്തി നോക്കി. കൈവെടിയപ്പെട്ടതിലുള്ള നിസ്സഹായത വെളിവാക്കി, ഒച്ചയുണ്ടാക്കാതെ നായ നോക്കുന്നു. മുന്നോട്ടു നടന്നു പടികേറി.

വാതിലിന്മേൽ പതിച്ചിരുന്ന പേരെടുത്തു മാറ്റിയിരിക്കുന്നു. ബോർഡ്

വെച്ചയിടം വെയിൽ തട്ടാത്തപാട് തുറിച്ചുനോക്കുന്നു. വാതിലിൽ മുട്ടി. അനക്കമില്ല. ശ്രീറാം പറഞ്ഞു: "പേരു വിളിക്കൂ."

തൊട്ടുചേർന്നുനില്ക്കുന്ന ഫ്ളാറ്റിലെ കിളിവാതിലുകളിലൊന്ന് തുറന്നു. ഒരു നിമിഷംകൊണ്ടത് അടച്ചുപൂട്ടുകയും ചെയ്തു. അരണ്ട ഒരു സ്ത്രീയുടെ മുഖമാണപ്പോൾ മിന്നിമറഞ്ഞത്. ഞാൻ താഴേക്ക് നോക്കി. കരിഞ്ഞമണം ഒരു മുന്നറിയിപ്പായി പൊങ്ങിവരുന്നു. നിരത്തിനിരുവശങ്ങളിലും കെട്ടിത്തൂക്കിയ പച്ചയും കാവിയും കൊടികൾ ഇരുളിൽ നിറം കെട്ട് പിടയുന്നു.

ശ്രീറാം പറഞ്ഞു: "ആരാണെന്ന് പറയൂ."

ഞാൻ ശബ്ദമുയർത്തി "രവിയേട്ടാ...."

അന്നേരം വാതിലിനു മീതെ വെന്റിലേറ്ററിന്റെ ചില്ലിനപ്പുറം അനക്കമുണ്ടായി. ചില്ലിന്റെ മടക്കുകളിൽ തുറിച്ച കണ്ണുകൾ ഇരട്ടിച്ചു. രവിയേട്ടന്റെ പതറിയ ശബ്ദം താഴോട്ടിറങ്ങുന്നു: "ആ....രാ....ണത്?"

"രവിയേട്ടാ.....ഞാനാണ് മുഹമ്മദ്."

കുറച്ചു നേരത്തേക്കൊച്ചയില്ല. പിന്നെ. ഇഴഞ്ഞ ചോദ്യം: "കൂടെയാരാ?"

"എന്റെ ...... ഹോസ്റ്റലിലുള്ളയാളാ.... ശ്രീറാം...."

"പിന്നെ...?"

"വേറാരുമില്ല. രവിയേട്ടാ."

സാവധാനം തല താഴുന്നു. കുറച്ചു നേരം ഒരൊച്ചയുമുണ്ടായില്ല. വാതിലിനപ്പുറം എന്തോ വലിച്ചു നീക്കുന്ന ശബ്ദം. വാതിൽക്കുറ്റിയിലനക്കം. പതുക്കെ, പാതി തുറന്നു പിടിച്ച്, വാതിലിനപ്പുറം രവിയേട്ടൻ നിന്നു കിതക്കുന്നു. ഉടഞ്ഞ ശബ്ദം: "കടക്കൂ."

കടന്നപാടെ വാതിലടയുകയും ചെയ്തു. തടിച്ച അലമാറ വാതിൽക്കലേക്ക് തള്ളി നീക്കുകയാണ് രവിയേട്ടൻ. ശ്രീറാം സഹായിച്ചു. ക്ഷീണിച്ച രവിയേട്ടൻ സോഫയിലിരുന്നു കിതച്ചു. രവിയേട്ടനാകട്ടെ മാറിപ്പോയിരിക്കുന്നു. കൺതടം കുഴിഞ്ഞിരിക്കുന്നു. ചുണ്ടുകൾ തുന്നിക്കെട്ടിയപോലെ. ജ്വരം ബാധിച്ച നോട്ടം. ചേച്ചി ഒന്നും മിണ്ടാതെ കിടപ്പുമുറിയുടെ വാതിൽക്കൽ തലതാഴ്ത്തി നില്പ്പുണ്ടായിരുന്നു. ചേച്ചിയോടൊട്ടി, ശങ്കറും.

നോട്ടം തമ്മിൽ കൊളുത്തിയ നിമിഷം ചേച്ചിയോട് ഞാൻ വെള്ളത്തിന് ആംഗ്യം കാണിച്ചു. അതു കണ്ടിട്ടും ചേച്ചി അനങ്ങുന്നില്ല. കുറച്ചു കഴിഞ്ഞ് വളരെ സാവധാനത്തിൽ ഒരു പാവയെപ്പോലെ അവരകത്തേക്കു നീങ്ങി.

വന്നു കേറുമ്പോൾ ചേച്ചി ചോദിക്കുന്നതാണ്: "എവിടെ ഭാര്യയും മോളും?" കുടുംബത്തെ കൊണ്ടുവരാൻ ഇവിടെ താമസിപ്പിക്കാൻ, അവരാവശ്യപ്പെടും. പിന്നെ അടുത്ത കുറി ഒറ്റയ്ക്കാണെങ്കിൽ ഇങ്ങോട്ട് വരേണ്ടെന്നും അറിയിക്കും. വെള്ളം നിറച്ച ലോഹപ്പാത്രം ഏല്പിക്കുമ്പോൾ ചേച്ചി ഒന്നു നോക്കുകപോലും ചെയ്തില്ല. ഞാൻ പാത്രം ശ്രീറാമിനും

കൈമാറി. ഒറ്റയിറക്കിന് ശ്രീറാം കുറെ വെള്ളം കുടിച്ചു. പാത്രമെനിക്കു തന്നു. ഉയർത്തി വായിലേക്ക് വെള്ളമൊഴിക്കുകയായിരുന്നു. പാത്രം വഴുതി. നിലത്തു വീണ് ശബ്ദമുണ്ടായി. കുത്തിത്തറയ്ക്കുന്ന ഒച്ചയോടെ പാത്രം നിലത്തുരുണ്ട് നിശ്ചലമായി. രവിയേട്ടൻ ഞെട്ടിയത് ഞാൻ കണ്ടിരുന്നു. കുപ്പായം നനഞ്ഞു. കറുത്ത മിനുസമുള്ള നിലത്ത് തിളങ്ങുന്ന പാമ്പായി വെള്ളം ഇഴഞ്ഞു. ആരുമൊന്നും മിണ്ടുന്നില്ല.

ശ്രീറാമിന് പൊറുതിമുട്ടിയിരിക്കണം. രവിയേട്ടനെ നോക്കി ഇംഗ്ലീഷിൽ കൊച്ചു വാക്കുകളുരുട്ടി, ശ്രീറാം പറഞ്ഞു: "മിസ്റ്റർ രവീന്ദ്രനാഥ്, ക്ഷമിക്കണം. വേറെ വഴിയൊന്നും കണ്ടില്ല. എന്റെ സുഹൃത്തിനെ തേടിപ്പോയിരുന്നു. വീട് പൂട്ടിക്കിടപ്പാണ്, ആർക്കറിയാം. അവരെങ്ങോട്ട് പോയെന്ന്?"

രവിയേട്ടന്റെ ചുണ്ടിളകി:"എനിക്കിനി പോവാനുള്ളത്, ഇതാ..... ഇവിടെക്കാണുന്നതുമാത്രം."

ഞാൻ രവിയേട്ടനെ തുറിച്ചുനോക്കി. ഒരു വിങ്ങിപ്പൊട്ടൽ പോലെ ഞാൻ കേട്ടു: "ഈ നഗരത്തിൽ വന്നിട്ട്....അതെ...പതിമൂന്ന് വർഷമായി.... ഒന്നും കൈയിലില്ലാതെ വന്നതാണ്...." രവിയേട്ടൻ ഒന്നുനിർത്തി, തുടർന്നു: "ഇനി എവിടുന്ന് തുടങ്ങിയോ, അവിടന്ന് തന്നെ വീണ്ടും തുടങ്ങണ."

ഞാനുച്ചത്തിൽ വിളിച്ചുപോയി: "രവിയേട്ടാ."

ആളൊഴിഞ്ഞ തെരുവിൽ നിന്നെന്നപോലെ രവിയേട്ടന്റെ ശബ്ദം ഇരട്ടിച്ചുകേൾക്കുന്നു: "ഷോപ്പ് കൊള്ളയടിച്ചു.... എല്ലാം.... തീവെച്ചു

ചേച്ചി അകത്തേക്കു നീങ്ങുന്നു. പിന്നാലെ ശങ്കറും. ഞാൻ ശ്രീറാമിനെ നോക്കി. എപ്പോൾ ഇല്ലാതാക്കപ്പെടും എന്ന അറിവില്ലായ്മയാണ് ഏറ്റവുമേറെ ദുസ്സഹം എന്ന് ശ്രീറാം ഇന്നലെ ഹോസ്റ്റലിലെ അടച്ചിട്ട മുറിയിലിരിക്കുമ്പോൾ പറഞ്ഞിരുന്നു. ശ്രീറാം ഗവേഷണപഠനത്തിന് സ്കോളർഷിപ്പ് നേടി തമിഴ്നാട്ടിലെ ഒരു കോളേജിൽ നിന്നെത്തിയതാണ്. മൂന്നരവർഷം കഴിയുന്നു. പഴയ അദ്ധ്യാപനത്തിലേക്ക് മടങ്ങുന്ന നല്ല നാളിനാണ് കാത്തിരിപ്പ്. ഹോസ്റ്റലിൽ നിന്നും ഇറങ്ങുമ്പോൾ, ഒട്ടു മുക്കാലും തീർന്ന ഗവേഷണ പ്രബന്ധത്തിന്റെ കടലാസുകെട്ട് കൈയിലെടുത്ത് സംശയത്തോടെ നിന്നു. പിന്നെ അത് പെട്ടിയിൽ വെച്ചു പൂട്ടുമ്പോൾ പറഞ്ഞു: "ആർക്കെങ്കിലും ഉപകരിച്ചേക്കും. ചിലപ്പോൾ ചാമ്പലാക്കാനെങ്കിലും."

രവിയേട്ടൻ എന്തു നേടിയോ അതെല്ലാം ചാരമായിത്തീർന്നിരിക്കുന്നു. അടഞ്ഞ വാതിൽ ചവിട്ടിപ്പൊളിക്കുന്നു. വാക്കും നോട്ടവും വെറുതെ. കഠാരമുനയോ മണ്ണെണ്ണത്തുള്ളിയോ പുളഞ്ഞുവരുന്നു. ചിഹ്നം സാക്ഷിയായി ഒരു തീത്തുള്ളിയും....

ശ്രീറാം ഉറപ്പിച്ചു പറഞ്ഞു: "നമുക്കിവിടന്നിറങ്ങിയേ ഒക്കൂ". ഞാൻ ചോദിച്ചിരുന്നു: "അന്യനാട്ടുകാർ നമ്മൾ എങ്ങോട്ടപോവും ശ്രീറാം?" വാഹനങ്ങളില്ല. ഭക്ഷണമില്ല. കുടിവെള്ളംപോലും കിട്ടുക എളുപ്പമല്ല. ശ്രീറാം

പറഞ്ഞത്, തെരുവിൽ വെച്ചാണെങ്കിൽപ്പോലും അടഞ്ഞ മുറിക്കുള്ളിൽ കിടന്ന് മരിച്ചുകൂടാ എന്നായിരുന്നു. ഹോസ്റ്റലിലെ അടുക്കളപ്പണിക്കാരൻ തിമ്മയ്യ രാവിലെ ശ്രീറാമിന്റടുത്തെത്തി വിവരമറിയിച്ചിരുന്നു: "സാർ, ഇന്ന് രാത്രി ആളുകള് ഹോസ്റ്റലില് വരും. മുഹമ്മദ് സാറിനേം കൂട്ടി ഇവിടന്നിറങ്ങണം."

എവിടുന്നോ ഒരൊച്ചയുയർന്നു. എന്താണതെന്ന് വേർതിരിച്ചറിയാനായില്ല. പിന്നെയൊന്നും കേട്ടതുമില്ല. വാതിൽക്കൽ നിന്നിരുന്ന ശങ്കറിന്റെ ശ്രദ്ധ പുറത്തെവിടെയോ. ഞാനവനെ വിളിച്ചു. അനക്കമില്ല. ഞാൻ കൈനീട്ടി: "ശങ്കർ, അങ്കിൾ പുതിയ ഒരു കഥ പറഞ്ഞുതരാം."

ശങ്കറെന്നെ നോക്കിയതല്ലാതെ അടുത്തേക്കു വന്നില്ല വന്നെത്തും നേരം തന്നെ വരച്ച ചിത്രവുമായി ഓടിയെത്തുന്നതാണ്. കഥകേൾക്കാൻ കണ്ണും കാതും കൂർപ്പിക്കുന്നവൻ. ശങ്കറിന്റെ കണ്ണുകളിൽ മോളുടെ ശബ്ദം. മോള് പറയുന്നത്. അവൾക്കൊന്നും വേണ്ട ഉപ്പയിങ്ങോട്ടു വന്നാൽ മതീന്നാ. മോൾക്ക് വേണ്ടി ഉമ്മ. അതോ, ഉമ്മയ്ക്ക് വേണ്ടിയോ?

ചേച്ചി പാതിയായ ഒരു മെഴുകുതിരി കത്തിച്ചെത്തി. മേശപ്പുറത്തുറപ്പിച്ച നിർത്തുന്നതിനിടയിൽ മെഴുകുതിരി വീണു. കെട്ടു. തീപ്പെട്ടിയുരസി വീണ്ടും കത്തിച്ചു. മതിയായ വെളിച്ചം തരാൻ മെഴുകുതിരിക്കായില്ല. കെട്ടുപോവാതിരിക്കാനോ തിരിനാളം വല്ലാതെ പാടുപെടുന്നു. ഇത്തിരി വെട്ടം കെടുത്താൻ മീതെ ചാടി വീഴാനൊരുങ്ങുന്ന നിഴൽരൂപങ്ങൾ ചുമരിൽ പെരുത്തു.

ഒരുറക്കത്തിൽ നിന്ന് ഞെട്ടിയുണർന്നപോലെ രവിയേട്ടൻ ഒച്ചയടക്കി ചോദിക്കുന്നു: "നിന്റെ ഉപ്പാപ്പ മരിച്ചിട്ടെത്ര കൊല്ലായി?"

ഞാൻ രവിയേട്ടന്റെ കണ്ണുകളിൽ നോക്കി ഉത്തരം പറഞ്ഞു "രണ്ട്."

അടുത്തചോദ്യമായി: "നാടിങ്ങനെയൊക്കെയായിത്തീരുന്ന് നിന്റെ ഉപ്പാപ്പ കരുതീർന്നോ മുഹമ്മദ്?"മറുപടിയാവശ്യമില്ലെന്ന മട്ടിൽ രവിയേട്ടൻ തുടർന്നു: "സ്വാതന്ത്ര്യസമരത്തില് പങ്കെടുത്ത്, എല്ലാം നഷ്ടപ്പെട്ട തല്ലേ. ഉപ്പാപ്പക്കതില് വെഷമമുണ്ടായിരുന്നോ മുഹമ്മദ്?"

വെളുത്ത ഖദർതൊപ്പിയണിഞ്ഞ കവിളൊട്ടിയ മുഖം. സദാ ശാന്തം. പെറ്റനാട്ടിൽ തന്നെ ജീവിക്കണം എന്നു പറഞ്ഞതിന് കാഫർ മുസ്ലീമായി. പള്ളിയിൽ കേറാൻ വിലക്ക്. ബോംബ്കേസ്. ജയിലിൽ നിന്നെത്തുമ്പോൾ അന്യാധീനപ്പെട്ട കച്ചവടം. കണ്ണു കലങ്ങിയില്ല. പിന്നെ അർദ്ധരാത്രിയിൽ സ്വപ്നം പിറന്നശേഷം, പുറന്തള്ളപ്പെട്ടപ്പോഴും ദേഷ്യമില്ലാതെ. അതും കഴിഞ്ഞ് മകനടക്കമുള്ളവരുടെ കസേരകളി കണ്ടപ്പോഴും. ചെറിയ നാവറ്റംകൊണ്ട് ചുണ്ട് നനച്ച്, ചാരുകസേരയിൽ മുന്നോട്ടാഞ്ഞിരുന്നു. ഒന്നിനോടും വിദ്വേഷമില്ലാതെ. ഒന്നിലും പകയില്ലാതെ.

"ഉപ്പാപ്പയ്ക്ക് നേടീന്നുള്ള തോന്നൽ മാത്രമേ ഉണ്ടായിരുന്നുള്ളൂ, രവിയേട്ടാ." ഞാൻ പറഞ്ഞു. രവിയേട്ടനൊന്നും പറഞ്ഞില്ല പിന്നെ. ചേച്ചി ചോദിച്ചു: "എന്തെങ്കിലും കഴിച്ച് കിടക്കണ്ടേ?"

രാത്രി എപ്പോഴാണ് കിടന്നത്? ഉറങ്ങിയത്? ഉറക്കം പലകുറി മുറി

ഞ്ഞുപോയിരുന്നു. രാവിലെ വെളിച്ചം പതുങ്ങിയെത്തിയിരിക്കുന്നു. ഏച്ചു കൂട്ടാനാവാത്ത ഉറക്കം ചത്തുമലച്ചുകിടന്നു.

വെയിൽ നിലത്ത് ജനലഴികളുടെ രൂപം മാറ്റുന്നു. ഞാനെണീറ്റിരുന്നു. മറുവശത്ത് ശങ്കർ കുത്തിയിരിക്കുന്നുണ്ടായിരുന്നു. അലസമായി വെച്ച അവന്റെ കൈയിൽ ചുവന്ന ചായക്കോൽ വെയിൽ തട്ടി കത്തുന്നു.

മുഖം കഴുകി, ഞാൻ ശങ്കറിനടുത്തെത്തി. പാതിവരച്ച ചിത്രം എന്തെന്നു വ്യക്തമല്ല. പുളയുന്ന തീപ്പാമ്പുകളോ? അപ്പോഴവന്റെ കൈയിൽനിന്നും ചായക്കോൽ താഴെ വീണു. അതെടുക്കാനവൻ തുനിഞ്ഞില്ല. ചുവന്ന ചായക്കോൽ വെയിൽ വീണ നിലത്ത് പിടഞ്ഞു നിശ്ചലമായി.

ശങ്കർ മേശപ്പുറത്ത് നീക്കിവെച്ച പുസ്തകം ഞാനെടുത്തു. സ്ക്കൂൾ ഡയറി. പ്ലാസ്റ്റിക് ചട്ടമേൽ സ്ക്കൂളിന്റെ പേര്, ചിഹ്നം. ആദ്യപേജിൽ പേരും ജനനത്തിയ്യതിയും രക്തഗ്രൂപ്പും മറ്റും എഴുതാനുള്ള ഇടം. അടുത്ത പേജിൽ ഇംഗ്ലീഷിൽ സ്കൂൾ ഗാനം: അറിവിന്റെ തെളിനീരേ കുമാറാവണേ. കെല്പിന്റെ ഉടയാടയണിയിക്കുമാറാവണേ. മറുവശം വലിയ അക്ഷരങ്ങളിൽ പ്രതിജ്ഞ. വിട്ടുപോവാത്തൊരോർമ്മയിൽ ഞാനുരുവിട്ടുപോയി: "ഇന്ത്യ എന്റെ മാതൃരാജ്യമാവുന്നു. നാമോരോരുത്തരും".

പെട്ടെന്നാണ് ശങ്കർ ഡയറി പിടിച്ചുപറ്റിയത്. അവൻ തുറിച്ചുനോക്കിക്കൊണ്ടു പറഞ്ഞു: "അല്ല."

"നിങ്ങളുടേതല്ല അങ്കിൾ". പെട്ടെന്നായിരുന്നു ശങ്കറിന്റെ മറുപടി. ഉള്ളുപിടഞ്ഞുപോയിരുന്നു. ഞാൻ ശ്രീറാമിനെ നോക്കി. ഉറക്കത്തിലാണ്. രവിയേട്ടന്റെ മുറിയുടെ വാതിൽ തുറന്നിട്ടില്ല. തൊണ്ടനനച്ച് ശബ്ദം വീണ്ടെടുത്തു ഞാൻ: "ആരു പറഞ്ഞാണിത് ശങ്കർ?"

"അങ്കിളിനെന്താ സംശയമുണ്ടോ?" ശങ്കറിന്റെ ശബ്ദവും നോട്ടവും എന്നെത്തളയ്ക്കുന്നു. ഞാൻ തലതാഴ്ത്തിപ്പോയി. ശങ്കർ പറയുന്നുണ്ടായിരുന്നു: "അങ്കിൾ നാട്ടിൽ കോളേജില് പഠിപ്പിക്കുന്നയാളാണെന്നല്ലേ പറഞ്ഞത്? പറയൂ, ഇന്ത്യയുടെ സ്വാതന്ത്ര്യം ആരുടെ ശ്രമം കൊണ്ടാ കിട്ടിയത്?"

ഒരുനിമിഷം നിർത്തി ശങ്കർ തുടർന്നു: "തിലക്, ഗോഖലേ, ഭഗത്സിങ്, ഗാന്ധി, നെഹ്റു... പട്ടേൽ..."കണ്ണൊന്ന് പൂട്ടാൻപോലും നേരം തരാതെ ശങ്കർ ചോദിച്ചു: "ഒരൊറ്റ മുസ്ലീമിനെ പറയൂ അങ്കിൾ".

ഒന്നനങ്ങാനോ ഒച്ചയുണ്ടാക്കാനോ വയ്യാത്തവിധം കുഴഞ്ഞുപോയി ഞാൻ. ഉള്ളാകെ ഒലിച്ചുതീർന്ന പോലെ.

ഞാനെങ്ങനെയോ ചോദിച്ചു: "ആരാണിത് പറഞ്ഞുതന്നത്?"

അതെനിക്കറിയാവുന്നതാണെന്നായിരുന്നു ശങ്കറിന്റെ ഉത്തരം. ഞാൻ ചോദിച്ചു: "എവിടുന്ന്?"

ചോദ്യം ശ്രദ്ധിക്കാതെ ശങ്കർ പുസ്തകങ്ങൾ സഞ്ചിയിൽ നിറയ്ക്കുന്നു. ഞാനവന്റെ താടിയിൽ പിടിച്ചുയർത്തി തറപ്പിച്ചുനോക്കി?: "ശങ്കർ ആരാണിത് പറഞ്ഞുതന്നത്?"

ശങ്കർ ഒറ്റവീർപ്പിൽ മറുപടി തന്നു: "അതല്ലേ ചരിത്രം?"

തളർച്ച അടിമുടി പടരുന്നു. എന്റെ തലതാഴുന്നു.

ദൂരെ, എന്റെ മോൾ, സഹപാഠിയുടെ ചോദ്യം. അവളെന്തു പറയും? അവൾ ഞങ്ങളിവിടന്ന് പോവാൻ കാത്തിരിക്കയാണെന്ന് പറഞ്ഞുവോ.

വാതിലിലാരോ മുട്ടുന്നു.

ശ്രീറാം കണ്ണുതുറന്നു കിടക്കുകയാണ്. രവിയേട്ടന്റെ മുറിയുടെ വാതിൽ തുറന്നിരിക്കുന്നു. വാതിലിൽ മുട്ടുന്ന ഒച്ച വീടാകെ മുഴങ്ങുന്നു. എന്റെ വിരലുകൾ ശങ്കറിന്റെ തലമുടിയിൽ അനക്കമറ്റുകിടപ്പാണ്.

9 789384 445652

Printed by Libri Plureos GmbH in Hamburg,
Germany